# 100 ஜென் கதைகள்
(ஓஷோவின் தத்துவ விளக்கங்களுடன்)

**எஸ் ஏ பி,** Ph.D., F.I.C.

கண்ணதாசன் பதிப்பகம்
23, கண்ணதாசன் சாலை
தியாகராய நகர், சென்னை 600 017,
போன் 2433 2682 / 2433 8712
கோவை | மதுரை | பாண்டி

| | | |
|---|---|---|
| முதற்பதிப்பு | : | செப்டம்பர், 2010 |
| பதினைந்தாம் பதிப்பு | : | மார்ச், 2017 |
| பதினாறாம் பதிப்பு | : | பிப்ரவரி, 2022 |

Copyright@ 2010 Kannadhasan Pathippagham. All Rights Reserved

E-mail: sales@kannadasan.co.in
Our Website: www.kannadasan.co.in

## பதிப்பாசிரியர்: காந்தி கண்ணதாசன்

**எச்சரிக்கை**

காப்பிரைட் சட்டத்தின் கீழ் பதிவு பெற்றுள்ள இந்நூலில் இருந்து எப்பகுதியையும் முன் அனுமதியின்றி பிரசுரிக்கக்கூடாது. தவறினால் சிவில், கிரிமினல் சட்டங்களின்படி நடவடிக்கை எடுக்கப்படும்.

- **காந்தி கண்ணதாசன் பி.ஏ., பி.எல்.,**

No Part of this book may be reproduced or transmitted in any form or by any means electronic or mechanical including photocopying or recording or by any information storage and retrieval system without permission in writting from Gandhi Kannadhasan, B.A., B.L., Chennai.

**Price Rs: 200/-**

**100 ZEN KADHAIGAL** - *Tamil (Zen Stories)*

- ❖ Written By : Swami Anand Parmesh, Ph.d., F.I.C.
- ❖ Sixteenth Edition : February, 2022
- ❖ Publishing Editor : **Gandhi Kannadhasan**
- ❖ Published By : **Kannadhasan Pathippagham**
  23, Kannadhasan Salai,
  Thiyagaraya Nagar, Chennai - 17.
  Ph: 044-24332682 / 8712 / 98848 22125

**ISBN: 978-81-8402-170-7**

Our Branches :
- No: 1212, Range Gowder Street, **Coimbatore** - 641001
  ☎ : 0422 - 4980023 / 98848 22139
- No.1, Annai Complex, III Street, Vasantha Nagar, **Madurai**-625 003.
  ☎ : 0452 - 4243793 / 98848 22126
- No. 37, Bharathy Street, **Puducherry** - 605 001.
  ☎ : 0413 - 4201202 / 98848 22128

Printed at : Kannadhasan Pathippagham, Chennai 600017.

# உள்ளே ...

1. ஒரு வித்தியாசமான அறிவிப்பு
2. ஒரு தாயின் போதனை
3. ஒரு கை ஓசை
4. என் இதயம் நெருப்புப் போல எரிகிறது
5. இன்னும் மூன்று நாட்கள் தான்
6. மகிழ்ச்சியின் குரல்
7. நீரும் இல்லை, நிலவும் இல்லை
8. எல்லாம் நன்மைக்கே
9. பொன்னான காலத்தின் அளவு
10. வாழ்க்கையில் முதல் சிரிப்பு
11. ஒவ்வொரு நிமிட ஜென்
12. பூச்சொறிதல்
13. சூத்திரங்களை வெளியிடுதல்
14. கிஸ்ஸுவுடைய வேலை
15. பகல் தூக்கம்
16. கனவு உலகத்தில்
17. இறந்த மனிதனின் பதில்
18. ஒரு பிச்சைகாரனின் வாழ்வில் ஜென்
19. புற்களும், மரங்களும் எப்படி ஞானமடையக் கூடும்
20. ஒரு கருமிக் கலைஞன்
21. சரியான இடம்

## முன்னுரை

நான் ஜென்னைப்பற்றி முதன்முதலில் ஓஷோவின் நூல்களை மொழிபெயர்க்கும் பொழுதுதான், அறிந்து கொண்டேன். அதனுடைய சுருக்கமான பளிச்சென்ற கருத்துகள் என்னை மிகவும் கவர்ந்தன. ஜென்னை முதன்முதலில் இந்தியாவில் பரவலாகப் படரவிட்டவர் ஓஷோ தான். ஆகவே, இதை ஓஷோவுக்கே மிகப் பணிவன்போடு சமர்ப்பிக்கிறேன்.

இதில் சில கதைகளின் கருத்துக்கள் மறைமுகமாக இருக்கும். அதனை, அங்கங்கே தெளிவுபடுத்தியிருக்கிறேன். மேலும், ஒவ்வொரு கதைக்கும் கீழே, சற்றுப் பொருத்தமான ஓஷோவின் கருத்துக்களையும் கொடுத்திருக்கிறேன்.

ஆகவே, வாசகர்கள் ஜென்னைப் பற்றியும், ஓஷோவின் கருத்துகளைப் பற்றியும் ஒருங்கே புரிந்துகொள்ள, இந்தப் புத்தகம் பேருதவியாக இருக்கும் என்று நம்புகிறேன்.

இந்தப் புத்தகத்தை எழுத ஊக்குவித்த **திரு.காந்தி கண்ணதாசன்** அவர்களுக்கும், **திரு. வெ. இறையன்பு** I.A.S. அவர்களுக்கும் என் மனமார்ந்த நன்றியைத் தெரிவித்துக் கொள்கிறேன்.

அன்பன்

**எஸ்ஏபி**

22. கறுப்புநிற மூக்குடைய புத்தர்
23. ரயோனினுடைய தெளிவான ஞானவிளக்கம்
24. புளித்துப்போன 'மிசோi' உணவு
25. உங்களுடைய ஒளி வெளியே செல்லும்
26. கடைசி உயிலும், கட்டளையும்
27. புத்தர் சிலையைக் கைது செய்தல்
28. மனித குல படைவீரர்கள்
29. கூடோவும், சக்ரவர்த்தியும்
30. கொல்லுதல்
31. காசனின் நடுக்கம்
32. ஒரு ஆவியின் பயமுறுத்தல்
33. ஜென்னின் ஒரு சிறிய சங்கீத நோட்i
34. இந்த உலகிலேயே மிகவும் விலையுயர்ந்த பொருள்
35. ஒன்றும் தெரியாத பிரபு
36. உண்மையான மாற்றம்
37. கோபம்
38. ஒரு கல் மனம்
39. தூசுகளில் பற்றின்மை
40. புகைவராத விளக்கு
41. ஒரு உண்மையான அதிசயம்
42. வெறுமனே தூங்கச் செல்லுங்கள்
43. எதுவுமே இல்லை

44. வேலை இல்லையேல், உணவும் இல்லை
45. உண்மையான நண்பர்கள்
46. உயிருள்ள புத்தரும், நீர்த்தொட்டி செய்பவனும்
47. பற்றின்மை
48. தோசுவினுடைய வினிஹர்í
49. ஒரு அமைதியான கோவில்
50. புத்தருடைய ஜென்
51. தோசானின் மூன்று பவுண்டு
52. உலர்ந்த சாணம்
53. காசப்பாவின் போதனை
54. வார்த்தைகளற்றும், அமைதியற்றும்
55. காற்றும் அல்ல, கொடியும் அல்ல
56. புத்தர் என்றால் என்ன?
57. போதி தர்மர் மனதைச் சாந்தப்படுத்துகிறார்
58. யார் அவர்?
59. தொசுவின் மூன்று தடுப்புகள்
60. 'சோ-சோ' பன்றியை எப்படிக் காப்பாற்றினார்
61. ஒரு கோப்பைத் தேநீர்
62. ஒரு புத்தர்
63. புத்தாத்தன்மைக்கு வெகு தூரத்தில் இல்லை
64. சுங்கேயின் கதை
65. ஒரு உண்மையான வழி
66. அரசனின் குழந்தைகள்

67. பத்து ஞானிகள்
68. ஒரு சீனத்துக் கவிதையை எப்படி எழுதுவது?
69. கடைசிக்குட்டு
70. அடுப்பு ஊதும் குழல், ஜென்
71. கதை சொல்லுபவரது ஜென்
72. இறந்து கொண்டு இருக்கும் மனிதனுக்கு ஒரு கடிதம்
73. ஜோசுவின் நாய்
74. புத்தர் ஒரு மலரை ஏந்துகிறார்
75. கெய்ச்சுவின் சக்கரம்
76. வரலாற்றுக்கு முந்தியுள்ள ஒரு புத்தர்
77. சீயி தன்மையிலும், வறுமையிலும் இருக்கிறார்
78. சூகான் தன் மாஸ்டரை அழைக்கிறார்
79. தான்சென் செய்த ஒரு கொலை
80. தோஸனின் மூன்று அடிகள்
81. மணியும், அங்கியும்
82. ஒவ்வொரு நாள் வாழ்க்கையும், ஒரு பாதைதான்
83. நன்மை,தீமை என்று நினைக்க வேண்டாம்
84. மூன்றாவது இருக்கையிலிருந்து போதனை
85. அது மனதல்ல, புத்தர் அல்ல, மற்றும் பொருள்களும் அல்ல
86. மெழுகுவர்த்தியை அணை
87. ஜோசு விசாரிக்கிறார்
88. ஒரு தத்துவவாதி புத்தரிடம் கேட்டார்

89. கற்பது, வழி அல்ல
90. இரண்டு ஆத்மாக்கள்
91. யார் நன்றி சொல்வது?
92. ஞானமடைந்த மனிதன்
93. ஜோசு கிண்ணத்தைச் சுத்தப்படுத்துகிறார்
94. 'குட்டெய்' யின் விரல்
95. ஒரு ஜென் மாஸ்டரை, வீதியில் சந்திக்கும் பொழுது
96. பாசுவின் கேள்வி
97. புகை பிடிக்கும் ஜென்
98. ஹையாக்கு ஜோவின் நரி
99. எல்லோரும் ஒரு தடவை சிரியுங்கள்
100. இங்கே?

# 1. ஒரு வித்தியாசமான அறிவிப்பு

தான்சன், (TANZAN), தன்னுடைய கடைசி வாழ்நாளில் அறுபது தபால் கார்டுகளில், கீழ்க்கண்டவாறு எழுதி, அவருடைய வேலையாளிடம் கொடுத்து, தபாலில் சேர்க்குமாறு சொல்லிவிட்டு, இறந்துவிட்டார்.

அந்தக் கார்டில்,

"நான் இந்த உலகத்தைவிட்டுச் செல்லுகிறேன். இதுதான் என்னுடைய கடைசி அறிவிப்பு"

தான்சன்
27.7.1892

என்று எழுதியிருந்தது.

### கருத்து

வாழ்க்கையில் பல நிகழ்ச்சிகள் நடக்கின்றன. அதில் நண்பர்களும், சுற்றத்தினர்களும் சாதாரணமாகக் கலந்து கொள்ளுகிறார்கள். இறப்பும் அப்படிப்பட்ட ஒரு நிகழ்ச்சிதான். அதில் கலந்து கொள்ள, இறக்கப் போகும் ஒருவரே அந்தக் கடைசி நிகழ்வை அறிவிக்கிறார். அவ்வளவு தான்.

"எவனொருவன் பிறப்பையும், இறப்பையும் சமமாகக் கருதுகிறானோ, அவனே ஞானி"

– ஓஷோ

# 2.ஒரு தாயின் போதனை

டோக்குகவா காலத்தில் (TOKUGAWA) ஜீயன் (JIUN) என்ற புகழ்பெற்ற சமஸ்கிருத பண்டிதர் ஒருவர் இருந்தார். அவருடைய இளம் வயதில் அவர் தன் சக நண்பர்களுக்கு, பிரசங்கம் செய்வது வழக்கம்.

இதைக் கேள்விப்பட்ட, அவருடைய தாயார், அவருக்கு ஒரு கடிதம் எழுதினாள்.

''மகனே, நீ ஒரு புத்தரின் சீடானாக ஆகமாட்டாய் என்றே கருதுகிறேன். ஏனென்றால், மற்றவர்களுக்காக நீ ஒரு நடமாடும் அகராதியாக இருக்க விரும்புகிறாய். நன்றாக ஞாபகம் வைத்துக் கொள். புகழ், பெருமை, மற்றும் பல தகவல்களைப் பிறருக்கு எடுத்துச் சொல்லுதல் போன்றவைகளுக்கு முடிவே கிடையாது. இப்படி நீ பிறருக்கு ஒரு தகவல் ஒலிபரப்பாக இருப்பதை நான் விரும்பவில்லை. இதை நீ உடனே நிறுத்த வேண்டும்.

ஒரு மலையின் ஒதுக்குப்புறமாக, ஒரு சிறிய கோவில் அமைத்து, அதற்குள் நீ தங்கிக் கொண்டு, தியானத்தில் ஈடுபட வேண்டும் என்பதையே நான் விரும்புகிறேன். அப்பொழுதுதான் நீ உண்மையை உணர்ந்து கொள்ள முடியும்''

### கருத்து

*''விஷய ஞானம் விபரீதமானது. அது ஒரு மனச் சுமை. எவ்வளவு சீக்கிரம், நீங்கள் அதிலிருந்து விடுதலை யாகிறீர்களோ, அவ்வளவு சீக்கிரம், நீங்கள் ஆத்மிக ஞானத்தை நேக்கிச் செல்லுவீர்கள்''*

*– ஓஷோ*

## 3. ஒரு கை ஓசை

கென்னின்னில்(KENNIN) உள்ள ஒரு கோவிலில், மாஸ்டத் மோக்குரை (MOKURAI) வசித்து வந்தார். அவருக்கு 'ஓசையற்ற இடி' (SILENT THUNDER) என்ற பட்டப்பெயரும் உண்டு. அவருக்குப் பன்னிரெண்டு வயதினில் ஒரு சிறுவன் - பெயர் `டோயோ` (TOYO) - சீடனாக இருந்தான். அலையும் மனதை நிறுத்துவதற்காக, தனிப்பட்ட அறிவுரையை வேண்டி, காலையிலும், மாலையிலும், வாலிப சீடர்கள் அந்த மாஸ்டரின் இருப்பிடத்துக்குச் செல்லுவதை, அவன் பார்ப்பது வழக்கம். அதைப்போலத் தனக்கும் அவர் அறிவுரை வழங்க வேண்டும் என்று அவன் ஆசைப்பட்டான்.

அதற்கு மாஸ்டர், ''கொஞ்சம் பொறு நீ இன்னும் சிறுவனாக இருக்கிறாய்'' என்றார். ஆனால், அவன் வற்புறுத்தியதால், மாஸ்டர் ஒப்புக்கொண்டார்.

அன்று மாலையே, அவன் தன் மாஸ்டரின் தனிப்பட்ட இருப்பிடத்துக்குச் சென்றான். தன்னுடைய வருகையைத் தெரிவிப்பதற்காக, வாசலில் கட்டப்பட்டிருந்த மணியை அடித்து விட்டு, அந்தக் கதவுக்கு முன்னால் பவ்வியமாக மூன்று

தரம் குனிந்து வணங்கி, பிறகு மெல்ல உள்ளே சென்று அமைதியாக, அந்த மாஸ்டரின் முன் அமர்ந்தான்.

மாஸ்டர், "நீ, இரண்டு கைகளால் தட்டி ஓசை எழும்புவதைக் கேட்டிருப்பாய். இப்பொழுது ஒருகை ஓசையை, நீ எனக்குச் செய்து காட்டு" என்றார்.

அவன், அவரைக் குனிந்து வணங்கி, தன்னுடைய அறைக்கு யோசித்தவாறு திரும்பி வந்தான். தன்னுடைய அறையின் ஜன்னல் வழியாக வரும் கிரிஸ்ஸாஸ் (GERISHAS) என்ற வாத்யத்தின் இசையைக் கேட்டான். உடனே அவன், "ஆஹா, புரிந்துவிட்டது" என்று கூவினான்.

மறு நாள் மாலை, "எங்கே, ஒரு கை ஓசையைக் காட்டு, பார்க்கலாம்" என்று மாஸ்டர் கேட்க, அவன் அந்த வாத்யத்தை இசைத்துக் காட்டினான்.

அதைக் கேட்டதும் மாஸ்டர், "இல்லை, இல்லை, இதுவல்ல அது. நீ இன்னும் சரியாகப் புரிந்து கொள்ளவில்லை" என்று மறுத்துவிட்டார்.

தான் அதை அறிந்துகொள்ள, அந்த இசை தடங்கலாக இருக்கும் என்று கருதி, அவன் தன் இருப்பிடத்தை ஒரு அமைதியான சூழ்நிலைக்கு மாற்றி, அவன் அது குறித்து மீண்டும் தியானத்தில் மூழ்கினான். பிறகு நீர்த்திவலையின் ஓசையைக்கேட்டு, "இது தான் அது" என்று கற்பனை செய்து கொண்டு, தன் மாஸ்டரிடம் சென்று, அந்த நீர்த்திவலையின் ஓசையைப் போல ஒலி எழுப்பிக் காட்டினான்.

இதைக் கேட்ட, அவர், "என்ன இது? இது நீர், சொட்டு சொட்டாக விழும்பொழுது, எழும் ஓசையல்லவா? இது ஒன்றும் ஒரு கை ஓசை அல்ல. மீண்டும் முயற்சி செய்" என்று அவனைத் திருப்பி அனுப்பிவிட்டார்.

டோயோ, ஏமாற்றமடைந்து, திரும்பிச் சென்று மீண்டும் அதன்மேல் தியானம் செய்ய ஆரம்பித்துவிட்டான்.

அப்பொழுது, காற்றின் ஓசையைக் கேட்டான். ஆனால், அதுவும் நிராகரிக்கப்பட்டது. பிறகு ஆந்தையின் அலறலைக் கேட்டு, அதைச் செய்து காட்டினான். அதுவும் அங்கீகரிக்கப்படவில்லை.

இப்படியாக, டோயோ, பத்துத் தடவைக்கு மேலே பலவித ஒலிகளை மோக்குரேயிடம் செய்து காட்டினான். எல்லாமே தவறாகப் போய்விட்டது. கிட்டத்தட்ட ஒரு வருடகாலம் அதற்காக, அவன் முயற்சி செய்தான். எந்தப் பிரயோஜனமுமில்லை.

கடைசியில், அந்தச் சிறுவன் உண்மையான தியானத்தில் ஆழ்ந்து, சகல ஒலிகளையும் கடந்து சென்றான். "இதற்கு மேல் எதுவுமில்லை" என்று கூறி, "ஆகவே அந்த ஓசையற்ற ஓசையை அடைந்தேன்" என்று மேலும் தன் மாஸ்டரிடம் விளக்கினான்.

இப்படியாக, டோயோ ஒரு கை ஓசையைப் புரிந்து கொண்டான்.

### கருத்து

"ஒருவன் தன் உள்ளே, தியானத்தின் மூலமாக ஆழமாகச் செல்லும் பொழுது, சகல ஓசைகளும் மறைந்து, "ம்" அல்லது "ஓம்" என்ற ஓசை மட்டும் தன் இருப்பு நிலையிலிருந்து, தானே கிளம்பி மேலே எழும்பும். இதுதான், "ஒரு கை ஓசை" அல்லது "ஒலியற்ற ஒலி" எனப்படுவது
– ஓஷோ

## 4. என் இதயம் நெருப்புப் போல எரிகிறது

சோயென் சாக்கு (SOYEN SHAKU) என்ற ஜென்குரு தான் முதன் முதலில் அமெரிக்காவுக்கு வந்தவர். அவர், ''என்னுடைய இதயம் நெருப்புப் போல எரிகிறது; ஆனால், என்னுடைய கண்கள், உயிரற்ற சாம்பலைப் போல, அவ்வளவு குளிர்ந்து இருக்கின்றன'' என்றார்.

ஒவ்வொரு நாளும் தான் கடைப்பிடிக்க வேண்டிய கீழ்க்கண்ட கொள்கைகளை அவர் வகுத்துக் கொண்டார்.

1. காலையில், உடை உடுத்துவதற்கு முன்பு, ஊதுவத்தியை ஏற்றி வைத்து, தியானம் செய்தல்.
2. இரவில், ஒரு குறிப்பிட்ட நேரத்தில் தூங்கச் செல்லுதல். ஒரு குறிப்பிட்ட இடைவெளிக்குப் பிறகு உணவு உட்கொள்ளுதல். வயிறு திருப்தி தருவதற்கு முன்பே, உண்பதை நிறுத்திக் கொள்ளல்.
3. நீங்கள் தனியாக ஓய்வாக எப்படி இருக்கிறீர்களோ, அதே மனநிலையில், தன் விருந்தாளிகளையும் வரவேற்றல்; மற்றும் அந்த மன நிலையில் கடைசி வரை இருத்தல்.
4. தான் கூறுவதை நன்றாகக் கவனித்துக் கூறுதல். அதைப் போல, சொல்லியபடி செய்துகாட்டுதல்.
5. சந்தர்ப்பங்களை நழுவவிடாதல். ஆனால், ஒரு காரியத்தில் இறங்குவதற்கு முன், ஒரு தடவைக்கு இரண்டு தடவையாவது யோசித்து, பின்பு இறங்குதல்.
6. இறந்த காலச் செய்கையை நினைத்து வருத்தப்படாமல், வருங்காலத்தில் கவனம் செலுத்துதல்.

7. ஒரு பயமற்ற வீரனைப் போல நடந்து கொள்ளுதல்; அமே சமயம், ஒரு குழந்தையின் எளிமையான அன்பு இதயம் கொண்டு இருத்தல்.

8. படுக்கையில் படுக்கும்போது, இதுதான் என்னுடைய கடைசித் தூக்கம் என்று கருதி, ஆழ்ந்த நித்திரை கொள்ளுதல்.

9. படுக்கையைவிட்டு எழுந்திருக்கும் பொழுது, அறுந்த பழைய செருப்பை விட்டு விட்டு அகலுவது போல, உடனே படுக்கையிலிருந்து எழுந்திருத்தல்.

ஏன் அவருடைய இதயம் நெருப்புப்போல எரிகிறது? இந்த மானிடர்களின் இயந்திரத்தனமான வாழ்க்கையைப் பார்த்து ஏன் அவருடைய கண்கள் குளிர்ந்து காணப்படுகிறது? இந்த மானிடர்களின் மேல் இரக்கமும் கருணையும் கொள்ளுவதால்.

## கருத்து

*உங்களுடைய பழைய ஆன்மிக உடலை ஒரு பொருட்டாகவே கருதவில்லை. இந்த மாயையான உலகத்தில், அதுவும் ஒரு மாயை தான் என்று அவர்கள் கருதினார்கள். ஆனால், அந்த உடல்தான், கடவுள் வசிக்கும் கோவில். உயிரை உணர முதலில் உடலைப் பேணுவீர் !*

*– ஓஷோ*

## 5. இன்னும் மூன்று நாட்கள்தான்

ஹாக்குயின் (HAKUIN) சீடரான சூவு (SUIWO) ஒரு சிறந்த ஜென் போதனையாளர் மற்றும் ஞானி. ஒரு கோடைகாலத்தில், ஜப்பானின் தெற்குப் பகுதியிலிருந்து, ஒரு மாணவன் அவரிடம் வந்தான்.

சூவு, அவனுக்கு ஒரு பரிக்ஷையை வைத்தார். அதாவது, ''ஒரு கை ஓசையை எப்படிக் கேட்பது'' என்பதுதான் அது. அவன் மூன்று தடவை முயன்றும், அதற்கு விடை கிடைக்கவில்லை. ஒரு நாள் இரவு, சூவிடம் கண்ணீருடன் வந்து, ''நான் அவமானத்தோடு திரும்பிச் செல்லுகிறேன். என்னால் அதற்கு விடை காண முடியவில்லை'' என்றான்.

மாஸ்டர், ''ஒரு வாரம் மேலும் தொடர்ந்து ஆழ்ந்து தியானம் செய்'' என்றார். அதன் பிறகும், அவனுக்கு ஞான விளக்கம் கிடைக்க வில்லை. சூவு அவனிடம் மேலும் ஒரு வாரம் முயற்சி பண்ணி பார்க்கச் சொன்னார். அப்படியும் அவனுக்கு விடை கிடைக்கவில்லை.

அவர் இன்னும் ஒரு வாரம் ஆழ்ந்து முயற்சி பண்ணிப்பார்க்கும் படி கூறினார். பலனில்லை. அவன், தன்னைவிட்டுவிடும்படி வேண்டினான். சூவு மேலும் ஒரு ஐந்து நாளைக்கு முயற்சி செய்யும்படி வற்புறுத்தினார். எந்த விளக்கமும் கிடைக்கவில்லை. பிறகு அவர் ''மேற்கொண்டு ஒரு மூன்று நாளைக்குத் தொடர்ந்து முயற்சிசெய். அப்படியும் விளக்கம் கிடைக்கவில்லையென்றால், தற்கொலை செய்துகொள்'' என்று கடுமையாகக் கூறி விட்டார்.

இரண்டாவது நாளே, அவன் விளக்கம் பெற்றான்!

## கருத்து

''கடவுளைத் தேடும் முயற்சி என்பது, நீரில் மூழ்கிய ஒருவன், எப்படி சுவாசத்திற்காக மேலே வர வேண்டும் என்று முயற்சி செய்கிறானோ, அதைப் போல இருக்க வேண்டும்ஃ அதாவது ''வாழ்வா, சாவா'' என்று.

**– பகவான் இராமகிருஷ்ணர்**

## 6. மகிழ்ச்சியின் குரல்

பாங்கேய் (BAJKEI) என்ற புத்த மதப் போதகர் இறந்த பிறகு, அந்தப் புத்தமதக் கோவிலுக்கு அருகில் வசித்த ஒரு சீடன், தன் நண்பரிடம், ''நான் சீடனாக இருப்பதால், அடுத்தவர்களது முகத்தைப் பார்த்து, அவர்களுடைய உண்மையான உணர்ச்சிகளை, என்னால் புரிந்து கொள்ள முடியாது. ஆனால், ஒருவருடைய குரலைக்கேட்டு, அவர் என்ன மாதிரி ஆள் என்பதை என்னால் கூற முடியும். சாதாரணமாக, ஒருவன் அடுத்தவரது வெற்றியைக் குறித்து, வாழ்த்துத் தெரிவிப்பதை நான் கேட்க நேர்ந்தால், அதில் ஒரு பொறுமை உணர்வு ரகசியமாக மறைந்திருப்பதை என்னால் கேட்டு உணர முடிகிறது. அதைப் போல, அடுத்தவரது இழப்பைக் கேட்டு, ஒருவர் அவருக்கு ஆறுதல் சொல்லும் பொழுது, அதில் ஆனந்தமும், நிறைவும் இருப்பதை என்னால் கேட்டு உணர முடிகிறது.

இப்படி என்னுடைய அனுபவத்தில், பாங்கேயின் குரலில் தான் உண்மை எதிரொலிக்கிறது. அவர், எப்பொழுதாவது, மகிழ்ச்சியைத் தெரிவிக்கும்பொழுது, அதில் மகிழ்ச்சியைத் தவிர, வேறு எதையும் உணர முடியவில்லை. அதைப் போல, வருத்தத்தை வெளியிடும் பொழுது, அந்தக் குரலில், வருத்தத்தைத் தவிர, வேறு எதையும் என்னால் உணர முடியவில்லை'' என்றான்.

பொதுவாக, பிறருடைய ஏற்றத்தைக் கண்டு யாரும் மகிழ்ச்சி அடைவது இல்லை. ஆனால், மகிழ்ச்சி அடைவதுபோல வெளியே காட்டிக் கொள்வார்கள்! இதைப்போல ஒருவனது வெற்றியைக் கண்டு, வாழ்த்துத் தெரிவிப்பதும் பெரும்பாலும் போலியானதே!

### கருத்து

"உள்ளொன்று வைத்துப் புறமொன்று பேசுவோர்
உளவு கலவாமை வேண்டும்."  — ***வள்ளலார்.***

நடைமுறையில், இது சாத்தியம் இல்லை!

காமம் எப்படிக் காதல் என்ற நாகரிக முகமூடி அணிந்து, தன்னை வெளிப்படுத்திக் கொள்கிறதோ, அதைப் போல ஒவ்வொரு மனிதனும் செயல்படுகிறான், - தன் சொந்த முகத்தை முற்றிலும் தொலைத்துவிட்டு.

— ***ஓஷோ***

## 7. நீரும் இல்லை, நிலவும் இல்லை

சந்தியாசினி, சியோனோ (CHIYONO), ஜென் மாஸ்டர் புக்கோவிடம் (BUKKO)ஜென்னைப் பற்றிப் படிக்கும் பொழுது, நீண்ட நாட்கள், தியானத்தில் ஈடுபட்டும், அதன் முடிவான பலனை அடைய முடியவில்லை.

கடைசியில், ஒரு முழு நிலவு இரவில், ஒரு பழைய மூங்கிலால் பின்னப்பட்ட தூக்கியின் மூலமாக, அவள் நீரை நிரப்பித் தூக்கிக் கொண்டு வரும் பொழுது, அதன் அடிப்பாகம் விரிசல் கண்டு கீழே விழ, அவள் விடுதலை அடைந்தாள்.

அந்த ஆனந்தத்தில், அவள் ஒரு கவிதை எழுதினாள்.

இப்படியாக அந்தப் பழைய மூங்கில் தூக்கியைக் காப்பாற்ற முயன்றேன், முடியவில்லை'

பழைய மூங்கில்விரிசல் காண விழுந்ததே!

அதன் அடிப் பாகம், கொட்டி யதே நீர் அனைத் தும்!

இப்பொழுது அதில் நீரும் இல்லை.

அந்த நீரில் விழுந்த நிலவும் இல்லை"

ஞானவிளிம்பில் இருக்கும் சியோனோ, தான் தூக்கி வந்த மூங்கில் தூக்கு-மனம்-, திடீரென்று கீழே விழுந்து விரிசல் காண-மனத்தில் உள்ள அனைத்தும் திடீரென்று வெளியேற..., அவள் ஞானமடைந்ததாள்.

### கருத்து

*மனம் ஒரு கண்ணாடிதான். ஆகவே, அவரவருடைய கருத்துக்கு ஏற்ப, அது இந்த உலகத்தைப் பல விதமாகப் பிரதிபலித்துக் காட்டுகிறது. மனமற்ற நிலையில், அந்தப் பொய்யான பிரதிபலிப்பும் நின்றுவிடுகிறது. அந்த மனமற்ற நிலை என்பது திடீர் என்று ஏற்படக் கூடாது. - எப்படி நீர், 100 டிகிரியில் திடீர் என்று கொதிக்க ஆரம்பிக்கறதோ, அப்படி!*

***—ஓஷோ***

## 8. எல்லாம் நல்லவையே

ஒரு நாள், கடைத்தெரு வழியாக, பான்சான் (BANZAN) நடந்து செல்லும்பொழுது, ஒரு மாட்டுக் கறி வியாபாரியும், அவருடைய வாடிக்கையாளரும் பேசிக்கொண்டு இருப்பதைக் கேட்க நேர்ந்தது.

"உன்னிடம் உள்ள நல்ல கறியில் ஒரு துண்டு கொடு".

"என் கடையில் உள்ள எல்லாமே நல்லவைதான்; நல்லவை அல்ல என்று எந்தக் கறித்துண்டையும், நீங்கள் இங்கே பார்க்க முடியாது".

இதைக் கேட்டதும், பான்சான் ஞான விளக்கம் பெற்றார்.

### கருத்து

"கடவுள் தன்மையால் படைக்கப்பட்ட அனைத்தும் நல்லவையே. நல்லவை, கெட்டவை என்று நம்மை வைத்து, நம் தேவைகளை வைத்து, நம் மனம் இந்த உலகத்துப் பொருள்களைப் பிரித்துப் பார்க்கிறது. அது, அது, அதன் தன்மையில் நல்ல வையே. நம்மைப் பொருத்துத் தான், நல்லவை, கெட்டவை அழகு, அழகற்றவை, சுத்தம், அசுத்தம் என்று பல பாகுபாடுகள் எழுகின்றன.

### கருத்து

எவன் ஒருவன் எதையும் பிரித்துப் பார்க்க முடியாத ஒரு மனமற்ற மனதைப் பெற்றிருக்கிறானோ, அவனே ஞானி!
– ஓஷோ

## 9. பொன்னான காலத்தின் அளவு

டாக்கன் (TAKUAN) என்ற ஒரு ஜென் போதனையாளரிடம், ஒரு கனவான், ''எப்படி அலுப்பில்லாமல் நேரத்தைப் போக்குவது'' என்று கேட்டார், ஏனெனில் அவர் தன் அலுவலகத்துக்குச் சென்று ஒரே இடத்தில் அமர்ந்து கொண்டு, பிறருடைய வணக்கத்தை ஏற்றுக் கொண்டிருப்பது, நேரம் மிக நீண்டதாகக் தெரிகிறது.

டாக்கன், எட்டு சைனீஸ் தன்மைகளை ஒருமுகப்படுத்தி, ஒரு கவிதையாக அந்த மனிதனிடம் கொடுத்தார். அது:

''எதுவும் இன்று திரும்ப நடப்பதில்லை

பொன்னானதே காலத்தின் காலம்.

இந்த நாள் மீண்டும் வருவதில்லை.

மதிப்பிலா மாணிக்கமாம் ஒவ் வொரு கணமும்''.

### கருத்து

''இந்த உலகத் துப் படைப்பில் எதுவும் ஒரே மாதிரியாக இருப் பது இல்லை. இயற்கையைப் பொருத்தவரையில், *அசல் என்றும் நகல்*

என்றும் எதுவும் கிடையாது. எல்லாம் அசலே. ஒரு மரத்தில் உள்ள பல்லாயிரக்கணக்கான இலைகள் ஒன்று போலவேதான் காட்சி அளிக்கும். ஆனால் அதை ஆழமாகப் பார்த்தால், ஏதாவது ஒரு வித்தியாசம் அவைகளில் கண்டிப்பாக இருக்கும். இதைப் போலத்தான் மனிதர்களில், மற்றும் விலங்குகளில் எல்லாம். காலத்தின் நிகழ்ச்சிகளும் அப்படியே. இவைகளை ஒருவன் கூர்ந்து கவனிக்கக் கற்றுக் கொண்டால், வாழ்க்கையில் அலுப்பே இருக்காது. நீங்கள் விழிப்புணர்போடு உங்களைச் சுற்றி நடக்கும் நிகழ்கால நிகழ்வுகளை வெறுமனே, எந்தவிதச் சிந்தனையும் இல்லாமல், பார்த்துக் கொண்டே இருந்தால், உங்களுக்குக் காலம் போவதே தெரியாது.'' **- ஓஷோ**

# 10. வாழ்க்கையில் முதல் சிரிப்பு

தன்னடைய கடைசி நாள் வரை, மோக்கூசானுக்கு, (MOKUSAN) சிரிப்பது என்றால் என்னவென்றே தெரியாது. தன்னுடைய நாள் நெருங்கி வருவதை உணர்ந்த அவர், தன்னுடைய நண்பர்களிடம், ''நீங்கள் என்னிடம் சுமார் பத்து வருட காலம் படித்து வந்துள்ளீர்கள். இப்பொழுது, ஜென் என்பதற்கு விளக்கம் சொல்லவும். உங்களில் யார் ஒருவர் அதற்குத் தகுந்த விளக்கம் அளிக்கிறாரோ, அவர்தான் என்னுடைய இடத்துக்கு வருபவர்'' என்றார்.

இதைக் கேட்டு, ஒவ்வொருவரும் அவருடைய கடுமையான முகத்தைப் பார்த்து, எந்தவிதப் பதிலும் கூறவில்லை.

ஆனால், அவரோடு நீண்டகாலம் நெருக்கமாக இருந்த என்கோ (ENCHO) என்ற சீடன் மட்டும், அவருடைய படுக்கையை நெருங்கி, அங்கு பக்கத்தில் வைக்கப்பட்டிருந்த மருந்துக் குப்பியைச் சற்று முன்னே நகர்த்தி வைத்தார். இது தான் ''அதற்குப் பதில்.''

இதைப் பார்த்ததும், அந்த ஆசிரியரின் முகம் மேலும் இறுகி, ''இது தான் நீ புரிந்து கொண்டதா?'' என்று கேட்டார்.

என்கோ உடனே, அந்தக் குப்பியை முன்பு இருந்த இடத்துக்கே நகர்த்தி வைத்தார்.

இதைப் பார்த்ததும், ஒரு ஆனந்த சிரிப்பு அவர் முகத்தில் படர, ''நீ ஒரு கெட்டவன்'' என்று அன்புடன் கடிந்து கொண்டு, மேலும் அவர் ''நீ என்னோடு பத்து வருட காலம் இருந்திருக்கிறாய். இருந்தும், என்னுடைய முழு உடலை நீ

சரியாகப் பார்த்ததில்லை. நீ இந்த அங்கியையும், தட்டையும் எடுத்துக்கொள். இனிமேல் இவைகள் உனக்கே சொந்தமானவை'' என்றார்.

## கருத்து

*ஜென் என்பது ஒரு உயிரோட்டமுள்ள தெய்விக நிலை. அது எப்பொழுதும் ஒரே இடத்தில் இருப்பதில்லை. அது மாறிக் கொண்டே இருக்கும் தன்மை படைத்தது. அந்த மாறுதலில் தான், அந்தப் பேரின்பம் அடங்கி இருக்கிறது. அந்தப் பேரின்ப நிலை ஒரே இடத்தில் இருப்பதில்லை. அது சென்று கொண்டே இருக்கும். இதை விளக்கத்தான் அந்தச் சீடன் மருந்துக் குப்பியை முதலில் சற்று முன்னே நகர்த்தி வைத்து, பிறகு திரும்பவும் அதே இடத்தில் வைத்தான். ஜென்னின் உயிரோட்டத்தை, நகரும் தன்மையைச் சுட்டிக் காட்ட .*

*இன்னொரு சுகத்தையும் கூறலாம். மனம் வெளியே செல்லுவதை, 180$^0$ டிகிரிக்கு திருப்பி மீண்டும் உள்ளேயே வைப்பதுதான் தியானம் அல்லது ஜென் என்பதாகும்.*

*''ஜென்னைப் புரிந்து கொண்டவன், கடவுள் தன்மையைப் (GOLDINESS) புரிந்து கொண்டவனாவான். உங்களுடைய பொம்மைக் கடவுள்கள் இறந்துவிட்டன. இப்பொழுது வாழ்ந்து கொண்டு இருப்பது ஜென் மட்டுமே. இது மட்டுமே தெய்விக உயிரோட்டமுள்ளது''.*

**– ஓஷோ**

# 11. ஒவ்வொரு நிமிட ஜென்

பொதுவாக, ஜென் மாணவர்கள், தாங்கள் பிறருக்கு ஜென்னைப் போதிப்பதற்கு முன், தங்களுடைய மாஸ்டர்களோடு சுமார் பத்து வருட காலமாவது தொடர்ந்து பயிற்சி பெற்றிருக்க வேண்டும். அதைப் போல டென்னோ (TENNO) பத்து வருடம் பயிற்சி பெற்று, ஆசிரியராகி, நான் இன்னைச் (NAN-IN) சந்திக்க வந்தார். அன்றைய தினம், மழை பெய்து கொண்டு இருந்ததால், மரக்கட்டை செருப்பை அணிந்து, குடைபிடித்துக்கொண்டு வந்திருந்தார். நான் இன், டென்னோவை வரவேற்று, பொதுவாக விசாரித்துவிட்டு, பிறகு, ''நீ வெளியே உன்னுடைய மரக்கட்டை செருப்புகளை விட்டு விட்டு வந்திருக்கிறாய் என்று நினைக்கிறேன். அப்படியானால், உன்னுடைய குடையை, அதற்கு எந்தப் - பக்கம் வைத்திருக்கிறாய்? வலதா, இடதா'' என்று கேட்டார்.

டென்னோ குழப்பம் அடைந்து, உடனே அதற்குப் பதில் கூறவில்லை. தான் ஒவ்வொரு நிமிடமும் ஜென்னால் இன்னும் ஆக்ரமிக்கப் படவில்லை என்பதை அப் பொழுது தான் உணர்ந்தார். பிறகு அவர், நான்இன், என்னுடைய மாணவனாக ஆகி, மேற்கொண்டு ஆறு வருடம் படித்து ஒவ்வொரு நிமட ஜென் மாஸ்டரானார்.

### கருத்து

நாம் பல செயல்களை, அனிச்சையாகவே செய்கிறோம், அதாவது இயந்திரத்தனமாக. இது வாழ்க்கையை உண்மையாகப் புரிந்துகொள்ள முடியாத தன்மைக்கு, ஒருவனை அழைத்துச் செல்கிறது. ஜென் என்றாலே 'விழிப்புணர்வு'' (AWARENESS) என்று அர்த்தம். இந்த விழிப்புணர்வு, டென்னோவுக்கு தன் கட்டைச் செருப்பில் மாத்திரம் இருந்தது. ஆனால் அவருடைய குடையில் இல்லை.

ஒவ்வொரு நிமிடமும், இது தான் என்னுடைய கடைசி நிமிடம் என்று கருதி உங்களுடைய சக்தி அனைத்தையும் திரட்டி, வாழ்க்கையில் முழுமையாக வாழுங்கள். இதைத் தான் ஜென் போதிக்கிறது. வாழ்வே கடவுள்.
– ஓஷோ

# 12.பூச் சொறிதல்

சுப்பூதி (SUBHUTI) என்பவர் புத்தருடைய சீடர். அந்த ஒன்றுமற்ற தன்மையின் தெய்விக சக்தியைப் பற்றியும், மற்றும் தன்னிலை, முன்னிலையைத் (SUBJECTIVITY, OBJECTIVITY), தவிர வேறு எதுவும் இல்லை என்பது குறித்தும், அனைவரின் உண்மைத்தன்மையையும் அவரால் தெளிவாகப் புரிந்து கொள்ள முடிந்தது.

ஒரு நாள், அவர் ஆழ்ந்த ஒன்றுமற்ற நிலையில், அமைதியாக ஒரு மரத்தடியில் அமர்ந்திருந்தார். அப்பொழுது அந்த மரத்திலிருந்து, பூக்கள் அவர் மீது சொரிந்தன.

''நீ, ஒன்றுமற்ற தன்மையைப் பூர்ணமாக உணர்ந்து வெளிப்படுத்தியதற்காக நாங்கள் போற்றுகிறோம்'' என்று கடவுள்கள் அவருடைய காதில் மெல்லக் கிசு கிசுத்தனர்.

''ஆனால், நான் அந்த ஒன்று மற்ற தன்மையைப் பற்றி எந்த வார்த்தையையும் சொல்லவில்லையே''

''நீ அதைப் பற்றி எதுவும் பேசவில்லை தான். நாங்களும் அதைக் கேட்கவில்லை. இதுதான் உண்மை யான ஒன்றுமற்ற நிலை'' என்று கடவுள்கள் கூற, மலர்கள் அவர்மேல் மழைபோலச் சொறிந்தன.

தெய்விக உணர்வை, வார்த்தையால் எப்படிச் சொல்லுவது? ஒருக்காலும் முடியாது.

**கருத்து**

***அந்த ஒன்றுமற்ற தெய்விக வெறுமையை ஒருவன் அடைய, தன்னுடைய சகல எண்ணங்களிலிருந்தும் விடுபட்டு, அவனுடைய மனம் வெறுமையாக வேண்டும். அதற்கு ஓரே வழி விழிப்புணர்வோடு கணத்துக்குக் கணம் வாழுதல்தான்.***

***– ஓஷோ***

## 13. சூத்திரங்களை வெளியிடுதல்

டெட்சூஜென் (TETSUGEN) என்ற ஒரு ஜப்பானியர், ஜென்னில் மிகுந்த ஈடுபாடு உடையவர். அப்பொழுது சைன மொழியில் மாத்திரம் இருந்த புத்தரது சூத்திரங்களை, ஜப்பானிய மொழியில் வெளியிட அவர் தீர்மானித்தார்.

மரப்பலகையில் அந்தச் சூத்திரங்களைச் செதுக்கி ஏழாயிரம் பிரதிகளை வெளியிடத் தீர்மானித்தார். இது மிகவும் கடினமான வேலைதான். மற்றும் மிகுந்த பணச் செலவு கொண்டது. ஆகவே, இதற்காக நன்கொடை வசூலிக்க, பல இடங்களுக்குச் செல்ல அவர் தீர்மானித்தார். ஒரு சில அனுதாபிகள்தான் நூறு தங்க நாணயங்களைக் கொடுத்தார்கள். பெரும்பாலானவர்கள், சிறிய மதிப்புள்ள நாணயங்களையே வழங்கினார்கள். ஆனால், டெட்சூஜென் எல்லோருக்கும் ஒரே மாதிரியே நன்றி கூறினார். சுமார் பத்து வருடம் கழித்து, அவருக்குப் போதிய நிதி உதவி கிடைத்தது. ஆகவே, அந்தக் கடுமையான வேலையை ஆரம்பிக்க எண்ணினார்.

அந்தச் சமயம் பார்த்து யூஜி (UJI) ஆற்றில் வெள்ளம் வந்துவிட்டது. மக்கள் பட்டினி பசியால் வாடினார்கள். இதைப் பார்த்த டெட்சூ ஜென், சூத்திரங்களை வெளியிட, தான் நன்கொடையாகப்

பெற்ற பணத்தை, ஏழை மக்களின் பட்டினியைப் போக்கச் செலவழித்தார். பிறகு அந்தச் செலவை ஈடுகட்ட, மேற்கொண்டு நன்கொடை வசூலிக்க எண்ணினார்.

பல வருடங்கள் சென்ற பிறகு, அந்த நாடு முழுவதும் ஒருவிதத் தொத்து நோய் பரவியது. மறுபடியும் அவர், தான் சேர்த்த நன்கொடையை, மக்களைக் காப்பாற்றக் கொடுத்து உதவினார்.

மறுபடியும், மூன்றாவது தடவையாக, நன்கொடை வசூலிக்க ஆரம்பித்தார். இப்படியாக, சுமார் இருபது வருடம் கழித்துத் தான், அவருடைய ஆசை நிறைவேறியது. முதல் வெளியீட்டில் மரத்தில் செதுக்கப்பட்ட அந்தச் சூத்திரங்களை, கயோட்டடில் உள்ள ஒபாக்கூ (OBAKU) மடாலயத்தில் இன்றும் காணலாம்.

டெட்சூஜென் மூன்று பிரதிகள் எடுத்தார். அதில், முதல் இரண்டு பிரதிகள் காணாமல் போய் விட்டன என்றும், அவைகள் கடைசிப் பிரதியைக் காட்டிலும் மிகவும் நன்றாக இருக்கும் என்றும் ஜப்பானியர்கள் தங்கள் குழந்தைகளிடம் சொல்லுவது வழக்கம்.

ஜென் வாழ்க்கைக்கு முக்கியத்துவம் கொடுக்கிறது. அதே சமயம், அதைக் கடந்து செல்லவும் வழி சொல்லுகிறது.

**கருத்து**

***காஞ்சீபுரத்தைச் சேர்ந்த ஒரு தமிழன் தான் புத்தரின் சீடராகி, 'போதி தர்மா' என்ற பெயரில், சைனாவுக்குச் சென்று முதன்முதலில் புத்த மதத்தைப் பரப்பினார். அதுவே பிறகு ஜென்னாக மாறியது. ஜென்னைத் தவிர மற்ற மதங்களெல்லாம், கடவுளை வெளியே தேடவே முயன்றிருக்கின்றன. ஜென் மாத்திரமே, கடவுளை நமக்குள்ளே தேட வழி வகுத்தது. இதுதான் உண்மையான, நேரான வழி.***

***– ஓஷோ***

## 14. கிஸ்ஸூவுடைய வேலை

கிஸ்ஸூ (GISHO) தன்னுடைய பத்தாவது வயதிலேயே கன்யாஸ்தீரியாக (NUN) மாற்றப்பட்டாள். ஆண்களுக்குப் போதிப்பது போலவே, அவளுக்கும் போதிக்கப்பட்டது, ஆண், பெண் வேறுபாடு இல்லாமல். அவள் பதினாறு வயதை அடைந்த பிறகு ஜென்னைக் கற்க ஒரு மாஸ்டரிடமிருந்து அடுத்த மாஸ்டரிடம் சென்றாள். இப்படிப் பல மாஸ்டர்களிடம் கற்றுக் கொண்டாள்.

உன்ஜான் (UNZAN) என்ற மாஸ்டரிடம் மூன்று வருடங்களும், குக்கேய் (GUKEI) என்ற மாஸ்டரிடம் ஆறுவருடமும் படித்தாள். இருந்தும், அவளுக்குத் தெளிவான நிலை ஏற்படவில்லை. கடைசியில் அவள் இன்சான் (INZAN) என்ற மாஸ்டரிடம் சென்றாள்.

இன்சான், அவள் ஒரு பெண் என்று கருதாமல், தவறு செய்யும் பொழுது, எல்லோரையும் கண்டிப்பது போல அவளையும் இடி இடிப்பது போல் கடுமையாகவே கண்டித்தார். அவளுடைய உள் உணர்வு விழித்து எழ, அவர் மிகவும் கண்டிப்பாக இருந்தார்.

கிஸ்ஸூ, அவருடன் பதிமூன்று வருடங்கள் இருந்தாள். பிறகு ஒரு நாள், தான் எதைத் தேடிக் கொண்டிருந்தாளோ, அதை அடைந்துவிட்டாள்.

அவளைப் பெருமைப்படுத்த, இன்சான் ஒரு கவிதையை எழுதினார்.

அந்தக் கவிதையின் சாராம்சம்:

"என்னுடைய வழிகாட்டுதலில், இந்தக் கன்னியாஸ்திரி பதின்மூன்று வருடம் படித்தாள். மாலையில், இவள் தன்னுடைய

இயல்பில் அதைத் தேடுகிறாள். காலையில், அடுத்தவர்களுடைய தேடுதலால் இவள் சூழப்படுகிறாள். டெட்சூமா (TETSUMA) என்ற சீனத்துக் கன்னியாஸ்தீரி தான், இவளைப் போல இவளுக்கு முன்பு, கடந்து சென்றவள். அடுத்து முஜாக்குவுக்குப் (MUJAKU) பிறகு, கிஸ்ஸூ தான் அவ்வளவு உண்மையாக இருக்கிறாள். இருந்தும், இவள் கடக்க வேண்டிய கதவுகள் இன்னும் பல உள. என்னுடைய இரும்பு முஷ்டியால் அவள் இன்னும் பல குட்டுகள் வாங்க வேண்டியுள்ளது.

கிஸ்ஸூ ஞானவிளக்கம் பெற்ற பிறகு, பான்ஸூ மாகாணத்துக்குச் சென்று, தன்னுடைய ஜென் கோவிலை ஆரம்பித்து, தான் ஒரு ஆகஸ்ட் மாதத்தில் இறக்கும் வரை, நூறு கன்னியாஸ்திரிகளுக்கு ஜென்னைப் போதித்தாள்.

ஆண்-பெண் வித்தியாசம் என்பது லௌகிகத்துக்குத்தான், ஆன்மிகத்துக்கு அல்ல.

**கருத்து**

*இந்த உலகம்,உன்னைப் பிறக்க வைக்கிறது. பிறகு உன்னை வளர்த்து, தன்னை அறியச் செய்கிறது. இதற்கு நன்றிக் கடனாக, நீ இந்த உலகத்துக்கு ஏதாவது புதுமையைப் படைக்க வேண்டும். பிறகு எல்லாமே மாயை என்று கருதி, உண்மையைத் தேடி உன்னுள்ளே ஆழமாகச் செல்ல வேண்டும். இது தான் உன் வாழ்க்கையின் குறிக்கோள், புரிந்து கொள்.* ***– ஓஷோ***

## 15.பகல் தூக்கம்

மாஸ்டர் சோயயென் சாக்கு (SOYEN SHAKU), தன்னுடைய அறுபத்து ஒன்றாம் வயதில், இந்த உலகத்தை நீத்தார். தன்னுடைய வாழ்வில் நிறைவாக வேலையைச் செய்து, அந்தக் காலகட்டத்தில் வசித்த பல ஜென் மாஸ்டர்களை விட இவர் மிகவும் அரிய போதனைகளை இந்த உலகத்துக்கு விட்டுச் சென்றார். சாதாரணமாக, அவருடைய மாணாக்கர்கள், கோடைகாலத்து நண்பகலில் சற்று தூங்குவது வழக்கம். ஆனால் சோயென் மட்டும் ஒரு நிமிடத்தையும் வீணாக்காமல் வேலை செய்தாலும், தன்னுடைய மாணாக்கர்கள் இப்படிப் பகலில் தூங்குவதைக் கண்டுகொள்ளமாட்டார்.

அவர், தன்னுடைய பனிரெண்டாவது வயதில், "டென்டை" (TENDAI) தத்துவத்தைப் படித்து அறிந்து கொண்டார். அப்பொழுது ஒரு கோடைகாலத்தில், புழுக்கம் அதிகமாக இருந்ததால், சிறுவன் சோயென், தன்னுடைய மாஸ்டர் வெளியே சென்றிருந்த பொழுது, தன்னுடைய கால் களை நீட்டிப் படுத்துத் தூங்கி விட்டார்.

சுமார் மூன்று மணிநேரம் சென்ற பிறகு, அவர் திடீர் என்று எழுந்து பார்க்கும்பொழுது, தன்னுடைய மாஸ்டர் உள்ளே நுழைவதைப் பார்த்துவிட்டார். எழுந்திருக்க நேர

மில்லை. ஆகவே, உடனே கதவுப் பக்கத்தில் உருண்டு, சுருண்டு படுத்து விட்டார்.

"என்னை மன்னித்துக் கொள், என்னை மன்னித்துக் கொள்" என்று மெல்லக் கூறியவாறு, அந்த மாஸ்டர், யாரோ ஒரு புகழ்பெற்ற விருந்தாளி படுத்திருப்பது போல மெல்லக் கூறியவாறு, அந்தச் சிறுவனின் உடம்பில் தன் கால்கள் படாதவாறு மிகவும் எச்சரிக்கையாகத் தாண்டி உள்ளே சென்றார். இதன் பிறகு, சோயென் பகலில் தூங்குவதே இல்லை.

## கருத்து

பொதுவாக, ஜென் குருமார்களும், சீடர்களும், வெளியில் வித்தியாசமாகவும், உள்ளே அன்பும், கருணையும் கொண்டும் தான் பழகுவார்கள். வெளிப்பார்வைக்குக் குருமார்கள் கடுமையாக இருப்பது போலத்தான் தோன்றும். ஆனால், உண்மையில் அப்படி இல்லை. சீடன் ஞான நிலையை அடைந்துவிட்டான் என்று தெரிந்தால், அவனைத் தனக்குச் சரி நிகர் சமமாகவே குருமார்கள் கருதுவார்கள். அதுவரையில் சீடனைப் பல வழிகளில் தூண்டி, ஞானத்தை அடைய முயற்சி செய்வார்கள்.

நான் ஒரு குருவும் அல்ல; நீங்கள் எனக்குச் சீடர்களும் அல்ல. இந்த வித்தியாசம் மிகவும் மேலோட்டமானது. ஆழத்தில், என்னுடைய உயிர்த்தன்மையும், உங்களுடைய உயிர்த் தன்மைகளும் ஒன்று தான். ஆகவே தான், ஒருமை உயிர்த்தன்மையாகிய நான் பன்மை உயிர்த் தன்மைகளாகிய உங்களுக்கு, நான் உங்கள் முன் தோன்றும் பொழுது, நீண்ட நேரம் உங்கள் முன் வணக்கம் சொல்லுகிறேன். மேலோட்டத்திலும், நீங்களும் நானும் ஒன்று தான். ஒன்றில் தவிர; நான் அதை அறிந்திருக்கிறேன். நீங்கள் அதை அறிந்திருக்கவில்லை. அவ்வளவு தான்"

– ஓஷோ

# 16. கனவு உலகத்தில்

சேயென் சாக்குவின் சீடர்களில் ஒருவன், கீழ்க்கண்ட நிகழ்ச்சியைச் சொல்லுவது வழக்கம். ''எங்களுடைய பள்ளி ஆசிரியர், ஒவ்வொரு நாள் மாலையில், வகுப்பில் சற்று குட்டித்தூக்கம் போடுவது வழக்கம். நாங்கள் அவரிடம், ஏன் இப்படித் தினமும் தூங்குகிறீர்கள்?'' என்று கேட்போம். அதற்கு அவர், ''கன்பூஷியஸ் (CONFUCIOUS) செய்தது போல, நானும் தூக்கத்தில் கனவுலகுக்குச் சென்று, அங்கே பல பழங்கால ரிஷிகளைச் சந்திக்கவே, அப்படிச் செய்கிறேன்'' என்பார். கன்பூஷியஸ் தூங்கும் பொழுது அவர் தன் கனவில் பழங்கால ரிஷிகளைக் கண்டதாக, அவருடைய சீடர்களிடம் சொல்லுவது வழக்கம்.

ஒரு நாள், பகலில் மிகவும் வெப்பமாக இருந்ததால் எங்களில் சிலர், சிறிது நேரம் தூங்கிவிட்டனர். எங்களுடைய ஆசிரியர் அவர்களை மிகவும் கடிந்து கொண்டார். அப்பொழுது அவர்களில் ஒருவன், ''நாங்கள் கன்பூஷியஸ் செய்தது போல, அந்தப் பழங்கால ரிஷிகளை சந்திக்க, அந்தக் கனவுலகத்துக்குச் சென்றோம்'' என்றான். அதற்கு ஆசிரியர், ''அப்படியா, சரி, அவர்கள் உங்க ளுக்குச் சொன்ன செய்திகள் என்ன?'' என்று கேட்டார். அதற்கு அவர்கள், ''நாங்கள் கனவுலகத்துக்குச் சென்று, அவர்களைச் சந்தித்து, ஒவ்வொரு நாள் மாலையிலும் எங்களுடைய ஆசிரியர் இங்கு உங்களைச் சந்திக்க வந்தாரா?'' என்று கேட்டோம். அதற்கு அவர்கள், ''நாங்கள் எந்த ஆளையும் ஒருபோதும் சந்தித்தது இல்லை'' என்று கூறிவிட்டனர்'' என்றான்!

**கருத்து**

*நான் சில சமயம் உங்களிடம் பொய் சொல்லி இருக்கிறேன். அது தவிர்க்க முடியாதது தான். சின்னக்*

குழந்தைகளுக்கு, மிட்டாய்களைக் கொடுத்துக் கவருவது போல, நானும் உங்களைக் கவர, உங்களுக்குத் தியானத்தில் ஆர்வம் ஏற்பட, ''தியானம் மிகவும் சுலபமானது. மனத்தை ஒதுக்கி வைப்பது, அப்படி ஒன்றும் கஷ்டமான காரியம் இல்லை. ஈடுபாட்டுடன் சிறிது முயற்சி செய்தால் போதும். இப்பொழுதே, இந்தக் கணமே உங்களால் அதை அடைய முடியும்'' என்று கூறிவருகிறேன். அதற்கு மாறாக, தியானம் என்பது முடிவில் இறப்பு உணர்வைக் கொடுத்து, பிறகு பேரானந்தத்தைக் கொடுக்கும் என்று கூறினால், நீங்கள் யாரும் அதில் ஆர்வம் காட்ட மாட்டீர்கள்.

– ஓஷோ

# 17. இறந்த மனிதனின் பதில்

மாமியா (MAMIYA). இவர் பின்னால் புகழ்பெற்ற ஆசிரியரானார். ஜென் வழிகாட்டுதலுக்காக, ஒரு ஆசிரியரை நாடியபொழுது, அந்த ஆசிரியர் இவரிடம்,' ''ஒரு கை ஓசையைப் பற்றி விளக்கவும்'' என்று கேட்டார்.

மாமியா, ஒரு கை என்றால் என்னவாக இருக்கும் என்று தன் மனதை ஒருமுகப்படுத்திச் சிந்திக்கத் தொடங்கினார். ஆனால் அதைப் புரிந்து கொள்ள இயலவில்லை. அந்த ஆசிரியர், ''நீ இன்னும் கஷ்டப்பட்டு வேலை செய்யவில்லை. நீ உணவு, செல்வம் போன்ற உலகப் பொருள்களில் தான் நாட்டம் கொண்டிருக்கிறாய். அந்த ஓசை...? நீ இறந்தால் நன்றாக இருக்கும். அதுதான் அந்தப் பிரச்சினையைத் தீர்த்து வைக்கும்'' என்று கடுமையாகத் திட்டினார்.

அடுத்த தடவை, மாமியா அவரைச் சந்தித்த பொழுது ஒரு கை ஓசையை எப்படிக் காண்பிக்கப் போகிறாய் என்று அவர் கேட் டார். மாமியா, உடனே இறந்தது போல் கீழே விழுந்து காண்பித் தார்!

ஆசிரியர், "நீ இறந்தது சரி தான். ஆனால் அந்த ஓசையைப் பற்றி என்ன?"

மாமியா, ''அதை நான் இன்னும் கண்டுபிடிக்கவில்லை''. ஆசிரியர், ''இறந்த மனிதன் பேச மாட்டான். வெளியே செல்'' என்றார்.

**கருத்து**

ஒரு கை ஓசை என்பது மனம் இறந்த பிறகு, உங்கள் உயிர் இறப்பு நிலையிலிருந்து, ''ம்...ம்'' என்று மென்மையாகத் தானே எழும்புவது. இதைத் தான் ''ஓம்'' என்று சொல்கிறோம். இது தானே எழும்புவதால், இதைத்

தெய்விக ஒலி, ஒரு கை ஓசை என்று அழைக்கின்றனர். தியானம் செய்யும் பொழுது, ''ஓம், ஓம்'' என்று சொல்லி மனதை அதில் ஒருமுகப்படுத்தினால், ஒரு கட்டத்தில் மனம் ஒடுங்கி, இந்த ஓம் என்ற ஒலி, தானே உங்கள் உள்ளே இருந்து கிளம்பும்.

பொதுவாக, ஜென் இந்த ஒரு கை ஓசைக்கு மிகவும் முக்கியத்துவம் கொடுக்கிறது. ஆகவேதான், அதைப் பறறி மீண்டும், மீண்டும் கதைகள் வருகின்றன.

கேள்வி களிலேயே மிகச் சிறந்த கேள்வி, உங்களையே நீங்கள் ''யார்'' என்று கேட்டுக் கொள்வதே. பதில்களிலேயே மிகச் சிறந்த பதில் ''மௌனம் தான்''.

**– ஓஷோ**

## 18. ஒரு பிச்சைக்காரனின் வாழ்வில் ஜென்

தோசு (TOSUI), அந்தக் காலகட்டத்தில் ஒரு புகழ்பெற்ற ஜென் ஆசிரியர். அவர் பல ஜென் கோவில்களில் தங்கி, பல மாகாணங்களில் ஜென்னைப் பிறருக்குப் போதித்தார்.

கடைசிக் கோவிலில் தங்கி அவர் போதிக்கும் பொழுது, அங்குக் கூடி இருந்தவர்களிடம், தான் இந்த ஆசிரியர் வேலையை முற்றிலும் துறக்கப் போவதாகவும். ஆகவே அவர்களையெல்லாம் கலைந்து செல்லும்படியும், யாருக்கு எது பிடிக்கிறதோ, அதை அப்படியே செய்யலாம் என்றும் அறிவுரை கூறி விடை பெற்றார். அதன் பிறகு, அவரைப் பற்றி யாருக்கும் எதுவும் தெரியவில்லை.

மூன்று வருடங்கள் கழித்து, கேயோட்டடில் ஒரு பாலத்துக்கு அடியில், சில பிச்சைக்காரர்களோடு அவர் சேர்ந்து வசிப்பதை, அவருடைய சீடர் களில் ஒருவன் பார்த்துவிட்டான். உடனே அவரை அணுகி, தனக்குப் போதனை செய்யும்படி வலி யுறுத்தினான்.

அதற்குத் தோசு, ''நான் செய்வது போல, நீயும் இரண்டு நாட் களுக்குச் செய்தால், நான் உனக்குப் போதனை செய்யக் கூடும்'' என்றார்.

அந்தச் சீடன், அவரைப் போலப் பிச்சைக்கார வேடம் போட்டுக் கொண்டு, அவரோடு ஒரு நாள் தங்கினான். அடுத்த நாள், அந்தப் பிச்சைக்காரக் கூட்டத்தில் உள்ள ஒருவன் இறந்துவிட்டான். தோசுவும், அந்தச் சீடனும், நள்ளிரவில் அந்த இறந்த உடலை அப்புறப்படுத்தி, ஒரு மலைக்குப் பக்கத்தில் புதைத்துவிட்டு, தங்கள் பழைய இடத்துக்குத் திரும்பி வந்தனர். பிறகு உடனே தோசு குறட்டைவிட்டுத் தூங்க ஆரம்பித்துவிட்டார்.

ஆனால், அப்படித் தூங்க, அந்தச் சீடனால் முடியவில்லை. விடிந்ததும், தோசு அவனிடம், ''இன்று உணவுக்காக நாம் பிச்சை எடுக்க வெளியே செல்லப் போவதில்லை. நம்முடைய அந்த இறந்த பிச்சைக்காரன், ஏதோ உணவு கொஞ்சம் மீதி வைத்திருக்கிறான். அது போதும்'' என்றார். ஆனால், அந்தச் சீடனால், அந்த உணவில் ஒரு சிறு கவளம் கூட உண்ண முடியவில்லை.

''தோசு, என்னைப் போல உன்னால் செய்ய முடியாது என்று ஏற்கனவே உன்னிடம் கூறினேன். இந்த இடத்தைவிட்டு உடனே சென்றுவிடு. மீண்டும் என்னைப் பற்றி நினைக்கத் தேவையில்லை'' என்று கூறி அவனை அனுப்பிவிட்டார்.

**கருத்து**

மனம் எதையும் பிரித்துப் பார்க்கும் தன்மை படைத்தது. அது, இந்த உலகத்தைப் பொருத்தவரையில் சரி தான். ஆனால், மனம் ஒடுங்க ஒடுங்க, அதனுடைய பிரிவினைத் தன்மையும் ஒடுங்க ஆரம்பிக்கும். இதைத் தான் பக்குவப்பட்ட மனம் என்று கூறுவர். இப்படிப்பட்ட மனம் படைத்தவர்கள், ஒரு பெண்ணை வெறும் சதைக் கோளமாகவே பார்ப்பர். அவர்களுக்கு இறந்த சடலமும் ஒன்று தான், உயிரோடு இருக்கும் சடலமும் ஒன்று தான்.

இங்கு அந்தச் சீடனுக்கு மனம் ஒருங்கவில்லை.

ஒரு ஞானியின் மனதுக்கும், உன்னுடைய மனதுக்கும் மிகுந்த வேறுபாடு உண்டு.

ஞானியிடம், உயிர்த்தன்மை (EXISTENCE) மனமாக வெளிப்படுகிறது. ஆகவே அது கணத்துக்குக் கணம் செயல்படுகிறது. ஆகவே, ஒரு ஞானியின் செயல்பாட்டை உங்களால் முன் கூட்டியே தீர்மானிக்க முடியாது.

உன்னிடம், இந்த உலகம் தான் மனமாகச் செயல்படுகிறது. மனதால் செயல்படுபவனை, உங்களால் தீர்மானிக்க முடியும். ஆனால், உங்கள் மனதுக்கும் ஆதாரம் அந்த உயிர்த்தன்மை தான்.

*– ஓஷோ*

## 19. புற்களும் மரங்களும் எப்படி ஞானமடையக் கூடும் ?

ஜப்பானில் கமக்குரா (KAMAKURA) காலகட்டத்தில், சின்கான் (SHINKAN) என்பவர் 'டென்டை' (TENDAI) ஆறுவருட காலம் படித்து, அதன் பிறகு ஜென்னை எழு வருடம் படித்தார். பிறகு சீனாவுக்குச் சென்று, ஜென்னில் பதிமூன்று வருடங்களுக்கு மேலே ஆழ்ந்து இருந்தார்.

பிறகு ஜப்பானுக்குத் திரும்பி வந்த பொழுது, அவரிடம் பலர் பல தேவையற்ற கேள்விகளைக் கேட்கத் தயாராக இருந்தார்கள். ஆனால், அவர் எப்பொழுதாவது தான் பார்வையாளர்களை அனுமதித்தார். மேலும் எப்பொழுதாவது தான் அவர்கள் கேட்கும் கேள்விகளுக்குப் பதில் அளிப்பார்.

ஒரு நாள், ஞான விளக்கம் பெறுவதற்காக ஒரு ஐம்பது வயது மாணவன் அவரிடம் வந்து, "நான் சிறுவனாக இருக்கும் பொழுதே 'டென்டை'ப் படித்தேன். ஆனால், அதில் ஒன்றை என்னால் புரிந்து கொள்ள முடிய வில்லை. அதாவது, 'புற்களும், மரங்களும் ஞான மடையக் கூடும்' என்று அது சொல்லுகிறது. இது எனக்கு மிகவும் வித்தியாசமாக உள்ளது" என்றார்.

சின்கான், "புற்களும், மரங்களும் எப்படி ஞானமடையும் என்று நாம் வாதிப்பதால் என்ன பயன்? இப்பொழுது நீ எப்படி ஞானமடைய முடியும் என்பது தான் கேள்வி. நீ அதைப்பற்றிச் சிந்தித்தாயா?"

"நான் அந்த நோக்கில், அதைப் பார்க்கவில்லையே".

"அப்படியானால், வீட்டுக்குச் சென்று, அதைப்பற்றிச் சிந்தனை செய்" என்று முடித்துவிட்டார்.

## கருத்து

மனம் படைத்த ஒரே காரணத்தினால் தான், நாம் 'மனிதன்' என்று அழைக்கப்படுகிறோம். இந்த மனதைக் கொண்டு தான், இந்த உலகத்தை அறிந்து கொண்டு, பிறகு எல்லாம் மாயை என்று தீர்க்கமாகப் புரிந்து கொண்டு, மனதை ஒதுக்கி வைத்து, ஞானத்தை அடைய வேண்டும். இந்த ஞான நிலையில் தான், புல், பூண்டு, மரம் என்று அனைத்தும் இருக்கின்றன. ஆனால் அதைப்பற்றி, அவைகளுக்கு ஒன்றும் தெரியாது. அதைப்பற்றித் தெரிந்து கொள்ள மனம் வேண்டும். ஒரு குழந்தையும் ஞான நிலையில் தான் இருக்கின்றது. ஆனால் அதைப் பற்றி அதற்கு ஒன்றும் தெரியாது. ஆகவே தான், 'ஒருவன், மீண்டும் குழந்தை போல மாறினால் தான், அவன் சொர்க்கத்தை அடைய முடியும்' என்று ஜீசஸ் கூறினார். இந்தப் ''போல'' என்ற வார்த்தை மிகவும் முக்யத்வம் வாய்ந்தது.

மனிதனைத் தவிர, மற்ற அனைத்தும் ஞான நிலையில் தான் இருக்கின்றன. ஏனெனில் அவைகளுக்கு மனம் என்று ஒன்று இல்லை. எந்த மனம் ஞானத்தை அடையத் தடங்கலாக இருக்கிறதோ, அதே மனம்தான் அதை அறிந்துகொள்ளவும் தேவையாக இருக்கிறது. - ஓஷோ

## 20. ஒரு கருமிக் கலைஞன்

கெஸ்ஸென் (GESSEN) என்பவர் ஒரு சந்நியாசி ஓவியர். அவர் ஒரு ஓவியத்தை வரைவதற்கு அல்லது வர்ணம் பூசுவதற்கு முன்பே, அதற்குரிய கட்டணத்தை (கட்டணம் மிக அதிகமாகவே இருக்கும்) முன்கூட்டியே கொடுக்க வேண்டும் என்று எப்பொழுதும் கட்டாயப்படுத்துவது வழக்கம். ஆகவே, அவரை எப்போதும் கருமிக்கலைஞன்' என்றே அழைப்பார்கள்.

ஒரு சமயம், ஒரு பெண், ஒரு ஓவியம் வரைவதற்காக முன்பணம் கொடுக்க வந்தாள்.

கெஸ்ஸென், ''உன்னால் எவ்வளவு கொடுக்க முடியும்?'' என்று கேட்டார். அவள், ''நீங்கள் கேட்பதை நான்

கொடுக்கிறேன். ஆனால், என் முன்னால்தான், நீங்கள் வரைய வேண்டும்'' என்றாள்.

ஒருநாள் கெஸ்ஸென்னைக் கூப்பிட்டு, அவருக்கு விருந்து கொடுத்து, வேலையை ஆரம்பிக்கச் சொன்னாள். கெஸ்ஸென்னும் ஐந்து மென்மையான பிரஷ்களை (BRUSH) வைத்துக் கொண்டு, வேலையை ஆரம்பித்தார். பிறகு ஓவியம் வரைந்து முடிந்தபின்பு, அவர் இதுவரை வாங்காத ஒரு அதிகத் தொகையைக் கேட்டார்.

அவளும் அப்படியே வழங்கினாள். பிறகு விருந்தினர்களைப் பார்த்து, அவர், ''இந்தக் கலைஞனுக்குப் பணம் தான் முக்கியம். இவருடைய ஓவியம் சிறப்பானது தான். அதில் யாருக்கும் சந்தேகம் இல்லை. ஆனால், இவருடைய மனம் மிகவும் அறுவறுப்பானது. இப்படி இவர் கீழான நிலைக்குச் செல்ல, பணம்தான் காரணம். இப்படி ஒரு கீழ்த்தரமான மனம் வரைந்த ஓவியம், காட்சிக்கு வைக்கத் தகுதி படைத்தது அல்ல. அது, நான் உடுத்தும் மேலாடைக்குச் சமம் தான்'' என்று வெறுப்பாகக் கூறினாள்.

பிறகு அவள் தன் மேலாடையைக் கழட்டி, அவரிடம் கொடுத்து, வேறு ஒரு ஓவியத்தை, வரையும்படி கூறினாள்.

கெஸ்ஸென், ''இதற்கு எவ்வளவு கொடுப்பாய்?''

''நீங்கள் கேட்பதை.''

கெஸ்ஸென், ஒரு பெரிய தொகையைச் சொல்ல அவளும் அதற்குச் சம்மதிக்க, அவளுடைய விருப்பப்படியே, அதை வரைந்து கொடுத்துவிட்டுச் சென்றார்.

கெஸ்ஸன், ஏன் இப்படிப் பணத்தைச் சேர்த்தார் என்பதற்குப் பிற்பாடு மூன்று காரணங்கள் சொல்லப்பட்டன.

முதல் காரணம், அவர் வசிக்கும் மாகாணத்தில் அடிக்கடி பஞ்சம் ஏற்பட்டது. பொதுவாகப் பணக்காரர்கள், ஏழைக்கு அவ்வளவு உதவி செய்ய மாட்டார்கள். ஆகவே, அவர் யாருக்கும் தெரியாமல், ஒரு ரகசியக் கிடங்கில் ஏகப்பட்ட தானியங்களைச் சேர்த்து வைத்தார்.

அடுத்த காரணம், அவருடைய கிராமத்திலிருந்து. அந்தப் பெரிய புத்த ஆலயத்துக்குச் செல்லும் பாதை மிகவும் கரடுமுரடாக இருந்தது. அதனால் யாத்ரிகர்களுக்கு மிகவும் கஷ்டமாக இருந்தது. ஆகவே, ஒரு நல்ல பாதையை அமைக்க அவர் விரும்பினார்.

மூன்றாவது, தன்னுடைய ஆசிரியர், ஒரு கோவில் கட்ட விரும்பினார். ஆனால் அந்த ஆசை நிறை வேறுவதற்குள், அவர் இறந்துவிட்டார். ஆகவே, கெஸ்ஸென் அவருடைய ஆசையை நிறைவேற்ற எண்ணினார்.

இப்படி கெஸ்ஸென், இந்த மூன்று ஆசைகளையும் நிறைவேற்றிய பின்பு, தன்னுடைய ஓவிய சம்மந்தமான பொருள்களையெல்லாம் தூக்கி எறிந்து விட்டு, ஒரு மலைக்குச் சென்று அமைதியாக உட்கார்ந்துவிட்டார். அதன் பிறகு அவர் எந்த ஓவியத்தையும் வரையவில்லை.

ஒருவனது வெளிச் செயலை வைத்து, அவனுடைய உள்ளத்தை சுலபமாக எடைபோடாதீர்கள். ஒரு விலைமாதுகூட, தெய்வப் பக்தையாக இருக்கலாம்.

### கருத்து

நீங்கள் ஜோர்பாகவும் (கிரேக்க தேசத்து ஆடம்பரப் பிரியன்) இருங்கள்; அதே சமயம் புத்தாவாகவும் இருங்கள். பணம் சம்பாதிக்கக் கூடாது என்று நான்

கூறவில்லை. அந்தக் காலத்து சந்நியாசிகளைப்போல, என்னுடைய சந்நியாசிகள் பிச்சை எடுப்பதை, நான் ஒருபோதும் விரும்பியது இல்லை. தேவைக்கு ஏற்ப பணத்தைச் சம்பாதியுங்கள், போதும். ஆனால் வாழ்க்கையில், தியானத்தையும் நடைமுறைப்படுத்திக் கொள்ளுங்கள். அப்பொழுது தியானம் உங்களை நல்வழிப்படுத்தும். உங்களுடைய உலக வாழ்க்கை தாமரை இலைத் தண்ணீர் போல ஒட்டியும் ஒட்டாமலும், பட்டும் படாமலும் இருக்கட்டும்.''
— *ஓஷோ*

## 21. சரியான இடம்

சென்னோரிக்கூ (SEN NORIKYU) என்ற ஒரு ஜென் மாஸ்டர் ஒரு பூந்தொட்டியை, தன் வீட்டுக் கூரையில் கட்டித் தொங்கவிட விரும்பினார். தனக்கு உதவி செய்யும்படி ஒரு ஆசாரியைக் கூப்பிட்டார். அந்த ஆளிடம் இவர், "அதைச் சற்று நகர்த்து, மேலே, மேலே, இல்லை சற்றுக் கீழே, சற்று வலது பக்கம், இல்லை, கொஞ்சம் இடது பக்கம்..." என்று பல விதமாகச் சரிபார்த்து, அதைச் சரியான இடத்தில் வைக்கச் செய்தார்.

சென்னோ, "இதுதான் சரியான இடம்" என்று ஒரு இடத்தைக் காட்டி முடிவாகச் சொல்லிவிட்டார். அவரைச் சோதிக்க எண்ணிய அந்த ஆசாரி, அந்த இடத்தை லேசாகக் குறியிட்டு விட்டு, தான் அந்தச் சரியான இடத்தை மறந்து விட்டது போல நடித்தார். ஆசாரி, "இந்த இடமா அது, இல்லை அதுவா" என்று பல இடங்களைக் காட்டி இப்படி, அப்படி என்று அந்த ஆள் பல இடங்களில் குறிப்பிட்டுவிட்டு, அந்தச் சரியான இடத்துக்கு வந்ததும், மாஸ்டர் "இது தான்" என்று சொன்னார். இது அவருடைய சரியாகத் தீர்மானிக்கும் தன்மையைச் சுட்டிக் காட்டுகிறது.

### கருத்து

விழிப்புணர்வு என்பது தேர்ந்து எடுக்காத பிரக்ஞைத் தன்மை (CHIOCELESS AWARENESS). நம்மைச் சுற்றி நடப்பவைகளை வார்த்தைகளாக்காமல், வெறுமனே சாட்சியாகப் பார்த்தல் தான் அது! அப்பொழுது உங்கள் மனம் நிகழ் காலத்தில் மட்டும் இருக்கும். நீங்கள் ஒரு நல்ல காவல்காரனாக இருங்கள்.

– ஓஷோ

# 22. கறுப்புநிற மூக்குடைய புத்தர்

ஒரு புத்த கன்னியாஸ்திரி, ஞான விளக்கத்தைத் தேடிக்கொண்டிருந்தாள். அவள் ஒரு புத்தர் சிலையைச் செய்து, அதைத் தங்கத் தகட்டால் மூடி, அவள் எங்கே சென்றாலும், அதைத் தன்னுடன் எடுத்துக் கொண்டு போகத் தவறுவதே இல்லை.

இப்படிப் பல வருடங்களாக, அந்தப் புத்தர் சிலையைத் தூக்கிக் கொண்டு, கடைசியில் பல வித்தியாசமாக அலங்கரிக்கப்பட்ட புத்தர் சிலைகள் கொண்ட ஒரு நாட்டில் உள்ள ஒரு சிறிய கோவிலில் வசிக்க வந்தாள்.

ஒரு நாள், தன்னுடைய புத்தர் சிலைக்கு சாம்பிராணி புகை போட எண்ணினாள். ஆனால், அந்தப் புகை மற்ற புத்தர் சிலைகளுக்குப் பரவுவதை அவள் விரும்பவில்லை. ஆகவே, சாம்பிராணிப் புகை தன்னுடைய சிலைக்கு மட்டும் பரவுவதற்கு ஏதுவாக ஒரு முக்கோணப் புகைபோக்கியைச் செய்து, அந்தப் புகை தன்னுடைய சிலைக்கு மட்டும் பரவும்படி ஒரு ஏற்பாடு செய்து கொண்டாள். ஆனால், அந்தப் புகை, தங்கத்தால் ஆன அவளுடைய சிலையின் மூக் கைக் கறுமை யாக்கி, அவலட்சண மாக்கிவிட்டது.

**கருத்து**

இந்தப் பெண்ணால் ஒருபோதும் ஞானவிளக்கம் பெற முடியாது. ‘தான்’, ‘தன்னுடைய’ என்ற பற்று இவளுக்கு மிக அதிகமாக உள்ளது. அவளுடைய கறுமை படர்ந்த, அகங்காரம் கொண்ட மனத்தைக் குறிக்கவே, புத்தரின் மூக்கு புகைபடிந்து கருமையானதாகச் சித்திரிக்கப்படுகிறது. தங்கத்தாலான புத்தர் சிலை என்பது அவளுடைய, உலகப் பற்று மிக்க மனதைக் குறிக்கிறது.

''மனிதனின் மூளைச் சக்தியில், சுமார் 25 சதம் மட்டுமே பெரும் அறிவுக் கூர்மையுடையவர்களால் செலவழிக்கப்படுகிறது. இதை அதிகபட்சமாக 30 சதம் என்று வைத்துக் கொண்டால், மீதி 70 சதம் எதற்காகச் செலவழிக்க இயற்கை வைத்திருக்கிறது? சிந்தியுங்கள்.

'30 சதம் இந்த உலகத்தை அறிய'

'70 சதம் தன்னையே தான் அறிந்துகொள்ள.'

இதை ஆழந்து புரிந்து கொள்ளுங்கள்''

– ஓஷோ

# 23. ரயோனினுடைய தெளிவான ஞான விளக்கம்

ரயோனின் (RYONEN) என்ற புத்த பெண் சந்நியாசி 1797ல் பிறந்தாள். அவள், ஜப்பான் தேசத்துப் புகழ் பெற்ற படைவீரராகிய சின்கென்னின் (SHINGEN) பேத்தியாவாள். அவளுடைய கவித்தன்மையும், காண்போரைக் கவரும் அழகும், அவளை அவளுடைய பதினேழாவது வயதில், ராணியின் அந்தப்புரப் பணிப்பெண்களில் ஒருவளாக ஆக்கியது. இந்த இளம் வயதிலேயே, அவள் புகழ் பெற்று விளங்கினாள்.

ஆனால், திடீரென்று ஒரு நாள் அந்த ராணி இறந்துவிட்டாள். இது ரயோனின்னின் நம்பிக்கையான கனவுகளைத் தகர்த்து விட்டது. இந்த உலகத்தின் நிலையாமையை அவள் இப்பொழுது மிகவும் தெளிவாக உணர்ந்தாள். இதன் பிறகுதான், அவள் ஜென்னைப் படிக்க ஆர்வம் கொண்டாள்.

ஆனால், இதற்கு அவளுடைய சுற்றத்தார்கள் எதிர்ப்புத் தெரிவித்தார்கள். அவர்கள் இவளுக்குத் திருமணம் செய்து வைக்க விரும்பினார்கள். தான் மூன்று பிள்ளைகளைப் பெற்றுக் கொடுத்து விட்டு, பிறகு கன்னியாஸ்திரியாகி விடுவதாக அவள் அவர்களுக்குச் சத்தியம் செய்து கொடுத்தாள். அவள், தன் இருபத்து ஐந்து வயதுக்குள்ளாகவே, அந்த உறுதிமொழியை நிறைவேற்றி விட்டாள். பிறகு அவளுடைய கணவனோ, மற்றும் சொந்தக்காரார்களோ, அவளுடைய ஆசைக்குக் குறுக்கே நிற்கவில்லை. அவள் தன் தலையை மொட்டை அடித்துக் கொண்டு, தன் பெயரை ரயோனின் என்று மாற்றிக் கொண்டு,

டாக்டர் எஸ்ஏபி 55

இதன் அர்த்தம், ‘தெளிவான ஞான விளக்கம்’ என்பது, இப்பொழுது தன்னுடைய ஆத்மிக யாத்திரையைத் தொடங்கிவிட்டாள். அவள் ஈடோ (EDO) நகரத்துக்கு வந்து, டெட்சுயூ (TETSUGYU) என்பவரிடம் தன்னை ஒரு சீடனாக ஏற்றுக் கொள்ளும்படி வேண்டினாள். அவள் மிகவும் அழகாக இருந்த காரணத்தால் அவளைப் பார்த்த மாத்திரத்திலேயே அவர் அவளை ‘வேண்டாம்’ என்று கூறி விட்டார்.

அவள், அடுத்து ஹாக்கூ (HAKUO) என்ற மாஸ்டரிடம் சென்றாள். அவளுடைய அழகு அங்குத் தொல்லையை ஏற்படுத்தும் என்று கருதி, அவரும் அவளை நிராகரித்து விட்டார்.

இதனால் விரக்தி அடைந்த ரயோனின், ஒரு பழுத்த இரும்புக் கம்பியை எடுத்து தன் முகத்தில் வைத்துத் தீய்த்துக் கொண்டாள். ஒரு சில வினாடிகளில், அவளுடைய முக அழகு மறைந்துவிட்டது.

ஹாக்கூ இப்பொழுது அவளைத் தன் சீடனாக ஏற்றுக் கொண்டார். இந்த நிகழ்ச்சியின் நினைவாக, ரயோனின், ஒரு சிறிய கண்ணாடியின் பின்பக்கத்தில் ஒரு சிறு கவிதையை எழுதினாள்.

அதன் கருத்துঃ

‘‘நான் ராணிக்குச் சேவை செய்யும் பொழுது, என் ஆடை நறுமணம் வீசுவதற்காக, வாசனை புகைபோடுவேன். இன்று வீடற்ற பரதேசியாகி, ஜென் கோவிலுக்குள் நுழைய, என் முகத்தைத் தீய்த்துக் கொண்டேன்’’ என்பதாகும். பிறகு ரயோனின், இந்த உலகத்தை விட்டுச் செல்லும் பொழுது, இன்னொரு கவிதை எழுதினாள்.

அதன் கருத்து:

''அறுபத்து ஐந்து தடவை, என்னுடைய கண்கள் இந்த மாறும் பருவகாலக் காட்சிகளைப் பார்த்து விட்டது. அந்தப் பௌர்ணமி நிலவைப் பற்றி எவ்வளவோ சொல்லியாயிற்று. இனிமேல் என்னிடம் அதைப்பற்றிக் கேட்காதீர்கள். காற்று அடிக்காத அமைதியான சூழ்நிலையில், இந்த பைன் மற்றும் சிடார் மரங்களின் மெல்லிய ஓசையைக் காதுகொடுத்துக் கேளுங்கள்'' என்பதாகும்.

## கருத்து

''ஜென்னைத் தவிர, மற்ற மதங்கள் அனைத்தும் கடவுளை வெளியேதான் தேட முயற்சிக்கின்றன. இதனால்தான் இத்தனை மதக்கலவரங்களும், மதப்போர்களும், புனிதப் போர்களும். இதனால் ஏதோ ஒரு வகையில் உருவ வழிபாடு நிரந்தரமாகி விட்டது. வெளியே தேடுவது என்பது மனதோடுதான் நடக்கும். மனம் ஏதாவது ஒன்றைப் பற்றிக்கொள்ளவே முயலும். அது தன்னைப் புனிதமாக, ஒழுக்கமாக, தெய்விகச் சிந்தனையோடு காட்டிக் கொள்ளவே முனையும். இதனால் மனம் தன்னை வலுப்படுத்திக் கொள்கிறது. வலுப்படுத்திக் கொண்ட மனம் பல சித்திகளைக் கொடுக்கும். ஆனால், சித்திகள் அனைத்தும் இந்த உலகத்தைச் சார்ந்தது. ஆகவே அவைகள் அழியக் கூடியது.

அது ஒரு போதும் ஞான விளக்கத்தைக் கொடுக்காது. ஆகவேதான், சாஸ்திரம், சம்பிரதாயம், ஒழுக்க நியதிகள், பூஜை, விரதம், ஜபம் போன்றவைகளைக் கடைப்பிடிக்கும் பிராமணர்களில் உண்மையான ஞானிகள் மிக மிகக் குறைவு''.

– ஓஷோ

## 24. புளித்துப் போன `மிசோ' உணவு

பேங்கேய் (BANKEI) தங்கியுள்ள ஒரு புத்த மடாலயத்தில் சமையல் வேலை செய்யும், டெயிரோ (DAIRYO) என்ற சந்நியாசி, தன்னுடைய வயதான மாஸ்டருக்கு, புதிதாக சமைக்கப்பட்ட மிசோ (MISO) என்ற உணவைக் கொடுக்க வேண்டும் என்று மிகவும் ஆசைப்பட்டார். இந்த உணவு சீக்கிரம் புளித்துப் போகும். தன்னுடைய சீடர்களைவிட, தான் மட்டும் இப்படித் தனிப்பட்ட முறையில், நல்ல விதமாகக் கவனிக்கப் படுவதை, பேங்கேய் கவனித்து, ஒரு நாள் "இன்று யார் சமைப்பது?" என்று கேட்டார்.

டெயிரோ வரவழைக்கப்பட்டார். தன்னுடைய வயது மற்றும் அந்தஸ்தைக் கருதிப் புதிதாகச் சமைக்கப்பட்ட அந்த உணவு, தனக்கு மட்டும் கொடுக்கப்படுவதை அறிந்து, அவர் அந்தச் சமையல்காரரிடம், "ஆக, நான் இனிமேல் உணவே உட்கொள்ளக் கூடாது என்று நீ தீர்மானித்து விட்டாய், அப்படித்தானே?" என்று கூறிவிட்டு, தன்னுடைய அறைக்குச் சென்று கதவைத் தாழ்ப்பாள் போட்டு விட்டார்.

டெயிரோ, கதவுக்கு வெளியே உட்கார்ந்து கொண்டு, தன்னை மன்னிக்கும்படி வேண்டிக்கொண்டே

இருந்தார். ஆனால், பேங்கேய் கதவைத் திறக்கவே இல்லை. இப்படி ஏழு நாட்கள் கடந்து விட்டன. கடைசியில், வேறு ஒரு சீடர் அங்கு வந்து, வெளியே நின்று உரக்க, "மாஸ்டர் அவர்களே, போதும் இந்த விளையாட்டு. நீங்கள் செய்வது உங்களுக்குச் சரியாக இருக்கலாம். ஆனால் இந்த இளம் சீடன் மேலும் பட்டினி கிடக்க முடியாது" என்று உரக்கச் சொன்னார்.

இதைக் கேட்டு, பேங்கேய் கதவைத் திறந்து, புன் முறுவலோடு, டெய்ரோவிடம் "எப்படி என்னுடைய சீடர்கள் சாப்பிடுகிறார்களோ, அதைப் போலவே நானும் உண்ண வேண்டும். பிறகு ஒரு ஆசிரியரானாலும், இதை நீ மறக்கக் கூடாது என்று நான் விரும்புகின்றேன்". என்றார்.

## கருத்து

"ஒரு மனிதன், தன்னை மதிக்கக் கற்றுக் கொண்டால் அடுத்தவர்களுக்குத் துன்பமும், மனக்கஷ்டமும் கொடுக்க மாட்டான். ஏனெனில், தன்னிடம் உள்ள அதே உயிர்த் தன்மைதான், மற்றவர்களிடமும், மற்றும் சகல பொருள்களிலும் இருப்பதை அவன் உணருவான். பாறை போன்ற அசையாப் பொருள்களில், அது உறக்கத்தில் இருக்கிறது. மற்ற உயிரினங்களில், அது பலவகைச் செயல்களின் மூலமாகத் தன்னை விளக்கிக் கொள்ளுகிறது. நீங்கள் என்னை ஒரு குருவாகக் கருதலாம். ஆனால், நான் என்னை அப்படிக் கருதவில்லை. நானும் உங்களைப் போல, சாதாரண மனிதன்தான்." – ஓஷோ

## 25. உங்களுடைய ஒளி வெளியே செல்லும்

தெண்டை (TENDAI) என்ற ஒரு புத்தத் தத்துவப் பள்ளியைச் சேர்ந்த ஒரு மாணவன், கேசன் (GASAN) ஜென் மடாலயத்தில், ஒரு சீடனாகச் சேர்ந்தான். சில வருடம் அங்குப் பயின்று, வெளியே செல்லும் பொழுது, கேசன் அவனிடம், ''உண்மையைப் பற்றி அறிந்து கொள்வது என்பது பிறருக்குப் போதனை செய்ய மட்டுமே உபயோகமாக இருக்கும். ஆனால், நன்றாக ஞாபகம் வைத்துக் கொள். நீயாக முயன்று தொடர்ந்து தியானம் செய்யாவிட்டால், உன்னுடைய உண்மை என்னும் உள் ஒளி உன்னைவிட்டு வெளியே சென்று விடும். ஜாக்கிரதை'' என்று எச்சரிக்கை பண்ணினார்.

### கருத்து

''என்னுடைய புத்தகங்களை ஓரளவுக்கு மேல் படிக்காதீர்கள். அது வெறும் விஷய ஞானத்தைத் தான் கொடுக்கும். அது உங்களை ஒரு சிறந்த பேச்சாளராகவோ, அல்லது சிறந்த எழுத்தாளராகவோ மாற்றிவிடலாம். உங்களுடைய மனம் விஷய ஞானக் குப்பைகளால் நிறைந்துவிடும், ஜாக்கிரதை! தொடர்ந்து தியானத்தைத் தினசரி வாழ்க்கை நிகழ்ச்சிகளில் ஒன்றாக ஆக்குங்கள். அதே சமயம், அது ஒரு இயந்திரத் தன்மையாகவும் ஆகாமல் பார்த்துக் கொள்ளுங்கள். விஷய ஞானம், ஆத்மிக ஞானத்திற்கு முற்றிலும் எதிரி. புரிந்து கொள்ளுங்கள்''.  – ஓஷோ

## 26. கடைசி உயிலும், கட்டளையும்

'அஸிக்காக' (ASHIKAGA) சகாப்தத்தில் 'இக்யூ' (IKKYU) என்ற ஒரு புகழ்பெற்ற ஜென் ஆசிரியர் இருந்தார். இவர் அந்த நாட்டு மன்னரின் புதல்வன். இவர் இளமையாக இருக்கும் பொழுதே, இவருடைய தாயாகிய அந்த நாட்டு அரசி, அரண்மனையை விட்டுச் சென்று, ஒரு புத்த கோவிலில் தங்கி ஜென்னைப் படித்தார். தன் தாயாரைப் பின் பற்றி, இக்யூவும் ஜென்னைப் படிக்கும் மாணவரானார். பிறகு, அவருடைய தாயார் இறக்கும் பொழுது, இக்யூவுக்கு ஒரு கடிதத்தை எழுதிவைத்தார்.

அதில் உள்ளது :

"அன்புள்ள இக்யூ,

நான் இந்த உலக வாழ்க்கையில், என்னுடைய வேலையை முடித்து விட்டு, எல்லையற்ற தெய்விகத்திடம் மீண்டும் செல்லுகிறேன். நீ ஒரு நல்ல மாண வனாக இருந்து, உன்னுடைய புத்தர் இயல்பை உணர்ந்து கொள்ள வேண்டும் என்று நான் ஆசைப் படுகிறேன். நான் உன் கூடவே எப்பொழுதும் இருக்கிறேனா, இல்லையா என்பதை நீ உணர்ந்து கொள்வாய்.

நீ வளர்ந்த பிறகு, புத்தருடைய சீடர் போதிசத்துவா மற்றும் உன்னுடைய மாணாக்கர்கள் அனைவரையும் புரிந்து கொண்டு, பிறகு, நீ படிப்பதை நிறுத்திவிட்டு, மனித குலத்துக்குச் சேவை செய்ய முயற்சி செய். புத்தர் நாற்பத்து ஒன்பது வருடம் தொடர்ந்து போதனை செய்தார். அப்பொழுதெல்லாம், அவர் ஒரு வார்த்தைகூடப் பேசத் தேவையில்லை என்பதை உணர்ந்தார். இது ஏன் என்று நீ தெரிந்து கொள்ள வேண்டும். இதை இதுவரை நீ தெரிந்து கொள்ளாவிட்டால், இனிமேல் தெரிந்து கொள்ள வேண்டும் என்று நீ விரும்பினால், அதைப் பற்றி வீணாகச் சிந்தனை செய்வதை விட்டு விடு".

பிறக்காத மற்றும் இறக்காத
உன்னுடைய தாயார்
செப்டம்பர் 1

*பின் குறிப்பு :*

புத்தரின் கொள்கைகளை, பிறருக்குப் போதிப்பதன் நோக்கம், அவர்கள் ஞான விளக்கம் பெறுவதற்காகத்தான். நீ, அந்த முறைகளில் ஏதாவது ஒன்றில் பற்று கொண்டு விட்டால், நீ ஒரு முட்டாள் பூச்சியைப் போல ஆகிவிடுவாய். புத்திஸத்தில் சுமார் 80,000 புத்தகங்கள் இருக்கின்றன. நீ இவைகளை யெல்லாம் படித்துவிட்டு, உன்னுடைய சொந்த புத்தாத்தன்மையை, நீ, உணர்ந்து கொள்ளவில்லை என்றால், நீ இந்தக் கடிதத்தைக் கூடப் புரிந்துகொள்ள மாட்டாய்.

இது தான் என்னுடைய கடைசி உயிலும் மற்றும் கட்டளையும்.

விஷய ஞானம், ஆன்மிக ஞானத்திற்கு அல்லது தெய்விக ஞானத்திற்கு முதல் எதிரி - கடவுள் கதைகளைச் சொல்லுபவர்களும், பண்டிதர்களும், ஒருக்காலும் ஞானிகளாக மாட்டார்கள்.

**கருத்து**

***''நான் செய்த புண்ணியமோ அல்லது அதிர்ஷ்டமோ, புராணம், இதிகாசம் மற்றும் தலபுராணம் போன்றவை களைப் படிக்க எனக்குச் சந்தர்ப்பம் கிடைக்கவில்லை. இதனால் என் வாழ்கையில் பாதி நாட்கள் வீணாகிப் போய் இருக்கும்''.***

**- J. *கிருஷ்ணமூர்த்தி***

# 27.புத்தர் சிலையைக் கைது செய்தல்

ஒரு வியாபாரி, ஐம்பது கட்டு அடங்கிய பருத்தி ஆடைகளை ஒரே மூட்டையாகக் கட்டி சுமந்து வந்து, வெயில் கொடுமை தாங்க முடியாமல், சற்று இளைப்பாற வேண்டி, ஒரு பெரிய புத்தர் சிலைக்குப் பக்கத்தில் உள்ள ஒரு சிறிய தங்கும் இடத்தில், இறக்கி வைத்தான். சற்று நேரத்திற்கெல்லாம், அவன் தூங்கி விட்டான். பிறகு கண் விழித்துப் பார்க்கும் பொழுது, அந்த மூட்டையை யாரோ திருடிச் சென்று விட்டதை அறிந்து, உடனே போலீஸில் தெரிவித்தான்.

வழக்கு கோர்ட்டுக்கு வந்தது. வழக்கை விசாரித்த ''ஓஓக்கா'' (O-OKA) என்ற நீதிபதி கடைசியில், ''அந்தப் புத்தர் பொதுவாக மக்களின் நன்மைக்காக ஒரு பாதுகாவலாக இருந்திருக்க வேண்டும். ஆனால் இப்பொழுது அவர், தன்னுடைய கடமையைச் செய்யத் தவறிவிட்டார். இது மிகவும் வருந்தத்தக்கது. ஆகவே, அவரைக் கைது செய்யுங்கள்'' என்று தீர்ப்பு கூறி விட்டார்.

அதன்படியே, போலீஸும் அந்த புத்தர் சிலையைக் கைது பண்ணி, கோர்ட்டுக்குத் கொண்டு வந்தார்கள். இதைக் கேள்விப் பட்ட மக்கள், அதன் பின்னாடியே தொடர்ந்து பல விதமாகப் பேசிக்

கொண்டு வந்து நீதிபதி என்ன தண்டனை ஒரு சிலைக்கு வழங்கப் போகிறார் என்று அறிந்துகொள்ள ஆவல் மேலிட்டு, கோர்ட்டில் கூடினார்கள்.

நீதிபதி, மக்களின் கூச்சலைக் கேட்டு, கோபம் கொண்டு, ''நீங்கசெளல்லாம் இங்கு சிரித்துக் கொண்டு வேடிக்கை பார்க்க உங்களுக்கு யார் உரிமை கொடுத்தது? நீங்கள் இந்தக் கோர்ட்டை அவமதித்து விட்டீர்கள். உங்களுக்குத் தண்டனை வழங்கப் போகிறேன்'' என்று கடுமையாகச் சொன்னார்.

இதைக் கேட்டுக் கூடியிருந்த மக்கள் தங்களை மன்னிக்க வேண்டினார்கள். ஆனால், நீதிபதி இதற்கு ஒப்பவில்லை. அவர், '' நான் உங்களுக்கு அபராதம் விதிக்கப்போகிறேன். ஆனால், நீங்கள் ஒவ்வொருவரும் ஆளுக்கு ஒரு பருத்தி ஆடைக்கட்டை, மூன்று நாட்களுக்குள் இந்த கோர்ட்டில் சமர்ப்பித்தால், நான் இந்த அபராதத் தொகையை தள்ளுபடி செய்கிறேன். அப்படி யாராவது கொண்டு வரவில்லை என்றால், அவர் கைது செய்யப்படுவார். இது என் உத்தரவு'' என்று தீர்ப்புக் கூறினார்.

மக்கள், ஆளுக்கு ஒரு கட்டைக் கோர்ட்டில் சமர்ப்பித்தார்கள். இதில், அந்த வியாபாரி தொலைத்த கட்டும் இருந்தது. இப்படியாக, அந்தத் திருடனைச் சுலபமாகப் பிடித்து விட்டார்கள். அந்த வியாபாரிக்கு உரியதைக் கொடுத்துவிட்டு, மற்றவைகளை, கொண்டு வந்தவர்களுக்கே திருப்பிக் கொடுத்துவிட நீதிபதி உத்திரவிட்டார்.

திருட்டும், பொய்யும், இந்தச் சமூகத்தில் நிரந்தரமானதுதான். இதிலிருந்து மனிதன் விடுபட, பேராசையை விட வேண்டும். பெரும்பாலான குற்றங்களுக்கு, மக்கள் தொகைப் பெருக்கமே, காரணமாகிறது.

### கருத்து

**''இந்த உலகம் தான் உண்மையில் சொர்க்கம் என்பது. இதைத் தவிர வேறு சொர்க்கம் அல்லது நரகம் என்று**

எதுவும் கிடையாது. இந்தப் பூமியைச் சொர்க்கமாக்குவது முழுக்க முழுக்க உங்கள் கையில் தான் இருக்கிறது. மக்கள் தொகையே, மக்களுக்கு எதிரியாக இருக்கிறது.

'ஏழைகளுக்கு உதவுங்கள்' என்று எல்லா மதங்களும் போதிக்கின்றன. ஆனால் ஒரு மதம் கூட 'கர்ப்பத்தடையை அமல்படுத்துங்கள். மக்கள் தொகையைக் கட்டுப்படுத்துங்கள்' என்று சொல்லத் தயாராக இல்லை. நான் எப்பொழுதும், கர்ப்பத்தடைக்கு ஆதரவு கொடுப்பவன்" –ஓஷோ

## 28. மனித குலப் படைவீரர்கள்

ஒரு சமயம், ஜப்பானின் ஒரு படைப் பிரிவினர், போரிடுவதற்காக அந்நாட்டின் ஒரு பகுதியில் தங்கியிருக்கும் பொழுது, தற்காலிகமாக காசன் (GASAN) வசிக்கும் புத்தர் கோவிலில், தங்களுடைய தலைமையகத்தை வைக்க வேண்டிய கட்டாயம் ஏற்பட்டது.

அப்பொழுது காசன், தன்னுடைய சமையல்காரனிடம், "நாம் என்ன உணவு சாப்பிடுகிறோமோ, அதே உணவைத்தான் படை அதிகாரிகளுக்கும் வழங்க வேண்டும்" என்று கட்டளையிட்டார்.

இது, அந்த அதிகாரிகளுக்கு மிகுந்த சினத்தைத் தூண்டியது. ஏனெனில், அவர்கள் தங்களைத் தனிப்பட்ட முறையில் கவனிக்க வேண்டும் என்று விரும்பினார்கள். பொதுவாக இதுதான் நடைமுறை வழக்கம்.

ஒரு அதிகாரி, காசனிடம் வந்து, "நீ எங்களை எல்லாம் என்ன வாக நினைத்துக் கொண்டிருக்கிறாய்? நம்முடைய தேசத் திற்காக, நாங்க ளெல்லாம் எங்க ளுடைய உயிரைத் தியாகம் செய்கி றோம். ஏன், நீங்களெல்லாம் எங் களை, நல்ல விதமாகக் கவனிக்கக் கூடாது?" என்று கோபமாகக் கேட்டான்.

அதற்குக் காசன் "நீங்களெல்லாம் எங்களை என்னவாக நினைத்துக் கொண்டிருக்கிறீர்கள்? நாங்களெல்லாம் மனித குலத்தை நல்லவிதமாகக் காப்பாற்றப் பாடுபடும் மனித குலப் போர் வீரர்கள். புரிந்து கொள்ளுங்கள்" என்று தீர்க்கமாகக் கூறினார்.

### கருத்து

எந்த அளவுக்கு, மக்களைப் பகைவர்களிடமிருந்து காப்பாற்றப் படை வீரர்கள் பாடுபடுகிறார்களோ அதைப்

போலவே, மக்கள் நல்லவிதமாக அன்பும், கருணையும் கொண்டு நல்ல சிந்தனையோடு வாழ, மாஸ்டர்களும், சீடர்களும் எடுத்துக் காட்டாகவும், வழிகாட்டியாகவும் இருக்கிறார்கள். இருவருமே, மனித குலம் அமைதியாகவும், பாதுகாப்பாகவும் வாழ உழைக்கிறார்கள்.

"ஒரு ஹிட்லர், ஒரு கோட்சே போன்றவர்கள் இந்த உலகத்தில் பிறந்தார்கள் என்றால், அதற்கு முழுப் பொறுப்பு, இந்த மனித குலத்தையே சாரும். ஏனெனில், மனிதர்களுடைய ஆழ் மனத்தில் இப்படிப்பட்ட வெறுப்புணர்வை விதைத்து வைத்திருக்கிறார்கள். இந்த உலகத்தில் ஏதாவது நன்மையோ அல்லது தீமையோ ஏற்பட்டால், அதற்கு இந்த மனித குல சிந்தனைகளே காரணம். கடவுள் அல்ல. ஏனெனில் அப்படி ஒரு தனி நபர் யாரும் கிடையாது".

– ஓஷோ

## 29. கூடோவும் சக்ரவர்த்தியும்

கோயோஜி (GOYOZEI) என்ற அரசன், கூடோ என்ற ஒரு ஜென் மாஸ்டரிடம் ஜென்னைப் படித்து வந்தான். அப்பொழுது ஒரு சமயம், அந்த அரசன், கூடோவிடம், "ஜென் என்பது புத்தரின் அகத்தை ஆதாரமாகக் கொண்டது. நான் சொல்லுவது சரியா?" என்று கேட்டான். அதற்கு கூடோ, "அதற்கு நான் ஆம்" என்று சொன்னால், நீ அதைப் புரிந்து கொள்ளாமலேயே, புரிந்து கொண்டதாக நினைத்து விடுவாய். மாறாக நான் 'இல்லை' என்று சொன்னால், நான் எல்லோருக்கும் தெரிந்த ஒரு உண்மையை மறுப்பவனாகிவிடுவேன்" என்றார்.

இன்னொரு சமயம் அவன், "இறந்தபிறகு, ஒரு ஞானி எங்கே செல்வார்?" என்றுகேட்டான். கூடோ, "எனக்குத் தெரியாது". அரசன், "ஏன் உங்களுக்குத் தெரியாது?". கூடோ "ஏனெனில், நான் இன்னும் இறக்கவில்லை". பிறகு, இந்த அரசன், தன் மனதுக்குப் புரியாதவைகளைப் பற்றி மேற்கொண்டு அவரிடம் கேட்கத் தயங்கினான். இதைப் புரிந்து கொண்ட கூடோ, அவனை எழுப்பும் விதமாக, தரையை ஓங்கித்தட்டினார். உடனே, அந்த அரசன், ஞான மடைந்து விட்டான்.

அதன் பிறகு, ஜென்னையும், வயதான தன் குரு நாதர் கூடோ வையும் மிகவும் மதித்த அந்த அரசன், குளிர் காலத்தில் அவன் தன் அரண்மனையில் தன்னுடைய தொப்பியை அவர் அணிந்து கொள்ளக் கூட அனுமதித்தான். அவருக்கு சுமார் எண்பது வயதான பொழுது மூப்பின் காரணமாக, பிரசங்கத்தின் நடுவிலேயே தன்னையறியாமல் உறங்கி விடுவார். அப்பொழுது அவன், அவருடைய தூக்கத்துக்குத் தொந்திரவு கொடுக்காமல், வேறு ஒரு அறையில், உறங்கச் சென்று விடுவான்.

### கருத்து

மனம் பக்குவப்பட்ட நிலையில், ஒருவித ஆத்மிகக் குழப்பத்தில் இருக்கும்பொழுது, திடீரென்று ஒரு அதிர்ச்சியைக் கொடுத்தால், மனம் நின்றுவிடும். இதை ஜென் குருமார்கள் நன்றாகப் புரிந்து வைத்திருந்தார்கள்.

"உயிர்த்தன்மை எந்த அளவுக்குச் சக்தி படைத்ததாக இருக்கிறதோ, அதைப் போலக் கிட்டத்தட்ட மூன்றில் ஒருபாகம் மனம் சக்தி படைத்ததாக இருக்கிறது. ஆனால், இந்தச் சக்தியே, உயிர்த்தன்மை கொடுத்ததுதான். மனதுக்கு என்று எந்தச் சக்தியும் கிடையாது.

உயிர் உடலை விட்டுச் செல்லும் பொழுது, உடல் அழிய, நிறைவேறாத ஆசைகள் கொண்ட மனம், அந்த உயிரோடு கலந்து செல்லுகிறது. இதுவே மீண்டும் பிறவி எடுக்கிறது. ஆசைகளற்ற அல்லது ஆசைகள் நிறைவேறிய மனம், பிரபஞ்ச உயிரோடு கலப்பதில்லை. அப்பொழுது உயிர், சுத்தமாகப் பிரிந்து, அந்தப் பேரியக்க உயிர்த் தன்மையோடு கலந்து விடுகிறது. இதற்கு மறுபிறப்பு கிடையாது. ஆத்மா என்றால் மனம் கலந்த உயிர்த்தன்மை.

சுத்த ஆத்மா என்றால் வெறும் உயிர்த்தன்மை. இந்த வித்தியாசத்தைப் புரிந்து கொள்ளுங்கள்."

– ஓஷோ

## 30. கொல்லுதல்

ஒரு நாள், காசன் (GASAN), தன் சீடர்களுக்குக் கீழ்க்கண்டவாறு போதித்தார்.

"கொல்லுதலுக்கு எதிராகப் பேசுபவர்களும், மற்றும் சகல உயிரினங்களுக்காக, தங்களையே அர்ப்பணித்துக் கொள்பவர்களும் சரிதான். விலங்குகள் மற்றும் புழு, பூச்சிகளைக் காப்பாற்றுவது என்பது நல்ல காரியம்தான். ஆனால் காலத்தைக் கொல்பவர்களையும், பொருள் மற்றும் சொத்துகளை வீணடிப்பவர்களையும், நாட்டுப் பொருளாதாரத்தைச் சீர் குலைப்பவர்களையும் என்ன செய்வது? அவர்களை நாம் சுலபத்தில் ஒதுக்கிவிடக் கூடாது. எல்லாவற்றிற்கும் மேலே, ஞானமடையாமல் பிறருக்குப் போதனை செய்பவர்களைப் பற்றி என்ன சொல்வது? அவர்கள், புத்த மதத்தையே கொல்கிறார்கள்".

### கருத்து

"ஞான மடையாமல், பிறருக்குப் போதனை செய்பவர்கள்தான் இந்த மதபீடாதிகளும் போலிச்சாமியார்களும். ஞான மடைந்தவன், ஒரு மடாதிபதியாக ஒருக்காலும் இருக்கமாட்டான். ஒரு ஞானமடைந்தவனின் வார்த்தைகள், நேரடியாகவும், எளிமையாகவும், எல்லோருடைய இதயத்தையும் ஊடுருவுவதாகவும் இருக்கும். அவனுள் பிறரை அதிகாரம் செய்ய முடியாது. அவன் அன்பின் சொரூபமாகவே இருப்பான்."

– ஓஷோ

# 31. காசனின் நடுக்கம்

அந்த மாகாணத்துப் பிரபு ஒருவரின் இறுதிச் சடங்கில் தலைமை ஏற்றுத் தரும்படி காசனை மக்கள் கேட்டுக் கொண்டார்கள். அவர், அதற்கு முன்பு பிரபு மற்றும் பணக்காரர்களைச் சந்தித்ததே இல்லை. ஆகவே, அவருக்குக் கொஞ்சம் நடுக்கம் ஏற்பட்டது. அந்தச் சடங்கு ஆரம்பித்த உடனேயே அவருக்கு வேர்க்க விறுவிறுக்க ஆரம்பித்து விட்டது.

அந்த இறுதி மரியாதை ஒரு வழியாக முடிந்தபிறகு, அவர் தன் இருப்பிடத்துக்கு வந்து, தன் மாணவர்களிடம், தான் ஒரு தனித்த கோவிலில் ஒதுங்கி இருப்பதால், புகழை விரும்பும் இந்த உலகத்தோடு ஒட்டி வாழ முடியவில்லை. ஆகவே, தான் ஒரு ஆசிரியராக இருக்கத் தகுதி இல்லை என்று ஒப்புக் கொண்டு, ஆசிரியர் வேலையை உதறிவிட்டு, வேறு ஒரு குருநாதரிடம், ஒரு மாணவனாகச் சேர்ந்து எட்டு வருடம் படித்தார். பிறகு திரும்பிவந்து தன் முந்தைய மாணாக்கர்களோடு சேர்ந்து, பின்பு ஞான மடைந்தார்.

### கருத்து

*‘‘நான் கடவுளைப் பற்றிப் பேசியது கொஞ்சம்தான். ஏனெனில், நீங் கள், உங்களுக்கு அளித்த இந்த வாழ்க்கையை முழுமையாகக் கணத்துக்குக் கணம், விழப்புணர்வோடு, அன்பும் கருணையும் கொண்டு, எளிமையாக வாழ்ந்தாலே, கடவுளை அடையக் கூடிய தகுதி உங்களிடம் தானே ஏற்பட்டு விடுகிறது. பிறகு ஏன், நீங்கள் கடவுளைப் பற்றிக் கவலைப்படவேண்டும்? ஆகவேதான், நான் இந்த வாழ்க்கையில், நீங்கள் எப்படி வாழ வேண்டும் என்பது பற்றி மிகவும் விரிவாகப் பேசுகிறேன்’’.*

*– ஓஷோ*

# 32. ஒரு ஆவியின் பயமுறுத்தல்

ஒரு இளம் மனைவி, ஏதோ கடுமையான வியாதியில் விழுந்து, இறக்கும் தறுவாயில் இருந்தாள். ஒரு நாள் அவள் தன் கணவனை அழைத்து, ''நான் உன்னை மிகவும் நேசிக்கிறேன். உன்னைவிட்டுப் பிரிய எனக்கு மனம் இல்லை. உன்னை வேறொரு பெண்ணோடு இணைத்துப் பார்க்க நான் கொஞ்சம் கூட விரும்பவில்லை. நான் இறந்தபிறகு, நீ வேறு ஒரு பெண்ணை காதல் செய்தால் நான் ஆவியாக வந்து, உனக்கு ஏகப்பட்ட தொல்லைகள் கொடுப்பேன்'' என்று எச்சரித்தாள்.

அவனும், அவளுக்கு அப்படியே செய்வதாகச் சத்தியம் செய்து கொடுத்தான். அதன்பிறகு, சிறிது நாட்களில், அவள் இறந்துவிட்டாள். அவளுடைய கணவன் சுமார் மூன்று மாதம் வரை, அவளுடைய கடைசி ஆசைக்கு மதிப்புக் கொடுத்தான். பிறகு ஒருநாள், வேறொரு ஆழகிய பெண்ணைச் சந்தித்து, அவள் மேல் தன் மனதைப் பறிகொடுத்தான். இருவருமே திருமணம் செய்து கொள்ளத் தீர்மானித்தார்கள்.

இருவருக்கும் திருமணம் நிச்சயிக்கப்பட்ட பிறகு, அவனுடைய முதல் மனைவியின் ஆவி, ஒவ்வொரு நாள் இரவும், அவனிடம் வந்து, அவன் தன் சத்தியத்தைக் காப்

பாற்றாததால், கோபம் கொண்டு எச்சரித்தது. அது மிகவும் புத்திசாலியாகவும் இருந்தது. அவனும் இப்பொழுது உள்ள அவனுடைய காதலியும் அன்று பகலில் பேசிக் கொண்டதை, அது அப்படியே கூறியது. அவளுக்கு ஏதும் அன்பளிப்பு கொடுத்திருந்தால், அதையும் சொல்லி எச்சரித்தது. சுருக்கமாகச் சொன்னால், தான் அவர்களையே சுற்றிவருவதாக எச்சரித்தது. இதனால் வெறுப்புற்ற அவன், தூக்கம் பிடிக்காமல் அவதிப்பட்டான். இதை அறிந்த அவனுடைய நண்பர்களில் ஒருவன், அந்தக் கிராமத்தின் பக்கத்தில் வசித்த ஒரு ஜென் மதகுருவை அணுகி, அவருடைய ஆலோசனையைக் கேட்கும்படி கூறினான். கடைசியில், வேறுவழி தெரியாமல், அவன் அவருடைய உதவியை நாடினான்.

அந்த மாஸ்டர், ''உன்னுடைய முதல் மனைவி இப்பொழுது ஆவியாகி, நீ செய்வது அனைத்தையும் கண்காணித்து வருகிறாள். அவள் ஒரு புத்திசாலியான ஆவிதான். அவளை நீ நட்புடன்தான் அணுக வேண்டும். அடுத்த தடவை நீ அந்த ஆவியைச் சந்திக்கும் பொழுது, அதனிடம், ''நீ மிகவும் புத்திசாலியான ஆவிதான். சந்தேகமே இல்லை''. உன்னிடமிருந்து நான் எதையும் மறைக்க முடியாது என்று இப்பொழுது புரிந்து கொண்டேன். நான் உன்னோடு ஒரு உடன்படிக்கை செய்து கொள்ள விரும்புகிறேன். நான் இப்பொழுது கேட்கும் ஒரு கேள்விக்கு, நீ சரியான விடை அளித்தால், நான் அவளைக் காதலிப்பதை விட்டு விடுவேன் என்று உனக்குச் சத்தியம் செய்து கொடுக்கிறேன் என்று சொல்லவும்'' என்று அறிவுரை கூறினார்.

அதற்கு அவனும் சம்மதித்து, 'அது என்ன கேள்வி?' என்று கேட்டான். அதற்கு அந்த மாஸ்டர் கைநிறைய மொச்சைக் கொட்டையை எடுத்துக் கொண்டு, கையை மூடி, ''இப்பொழுது என் கையில் எத்தனை விதைகள் இருக்கின்றன'' என்று கேட்கவும். அதற்கு

அந்த ஆவி, சரியாகப் பதில் கூறிவிட்டால், 'நீ உன் கற்பனையில் ஏதோ உளறுகிறாய். இனிமேல் எனக்கு நீ தொந்திரவு கொடுக்கக் கூடாது' என்று சத்தியம் செய்யச் சொல் என்று கூறினார்.

அடுத்த நாள், அந்த ஆவி வந்த பொழுது, அவன் அதை மிகவும் புகழ்ந்து ''நீ எல்லாவற்றையும் சரியாகவே சொல்கிறாய்'' என்று கூறினான். அந்த ஆவியும் மகிழ்ந்து ''ஆமாம். நீ இன்றைக்கு ஒரு ஜென்மாஸ்டரைச் சந்திக்கச் சென்றது கூட எனக்குத் தெரியும்'' என்றது.

அவன் ''அந்த அளவுக்கு, உனக்கு எல்லாம் தெரிந்திருப்பதால், இப்பொழுது என் கையில் எத்தனை மொச்சைக் கொட்டைகள் இருக்கின்றன என்று சரியாகச் சொல், பார்ப்போம்'' என்றான்.

இந்தக் கேள்விக்கு, அந்த ஆவியால் சரியாகப் பதில் சொல்ல முடியவில்லை. அவனும் அந்த ஆவியின் தொல்லையிலிருந்து விடுபட்டான்.

## கருத்து

*''காதல் என்பது ஒருவித பாலியல் உணர்வு மயக்கம். ஏதோ அடைய முடியாததை, அடைவதற்காக மனம் மிகவும் உணர்ச்சி வயப்படுகிறது. இது ஒரு இயற்கை அவஸ்தைதான். பாலியல் உணர்வும், பசியும் இயற்கைத் தூண்டுதலில், மிகவும் சக்தி வாய்ந்தவைகள். பசி, ஒருவனை இந்த உலகத்தில் வாழ வழி செய்கிறது. பாலியல் தூண்டுதல், தன் இனம் அழியாமல் இருக்க உதவி செய்கிறது. இந்தப் பாலியல் தூண்டுதலால் ஏற்படும் சக்தி விரயத்தை, மனிதன் தன் பகுத்தறிவைக் கொண்டு தெய்விக சக்தியாக மாற்ற வேண்டும், இதற்கு ஒரே வழி தியானம் தான்''.*

*– ஓஷோ*

## 33. ஜென்னின் ஒரு சிறிய சங்கீத 'நோட்'

அரசரைச் சந்தித்த பிறகு, காக்கூ (KAKUA) என்ற ஜென் துறவியை யாருமே மீண்டும் பார்க்கவில்லை. எங்கேயோ மறைந்து விட்டார். சைனாவில் ஜென்னைப் படித்த முதல் ஜப்பானியர் இவர்தான். ஒரு சிறிய சங்கீத 'நோட்டை'த் தவிர, அவர் வேறு எதையும் விட்டுச் செல்லாததால், அவர்தான் முதன் முதலில் ஜென்னை ஜப்பானில் அறிமுகப்படுத்தியவர் என்பது யாருக்குமே ஞாபகம் இல்லை.

காக்கூ முதன்முதலில் சைனாவுக்கு வந்தபொழுது, ஜென்னின் உண்மையான போதனையில் ஆழ்ந்துவிட்டார். அவர் அந்த இடத்தைவிட்டு, வேறு எங்கேயும் செல்லவில்லை. ஒரு ஒதுக்குப்புறமான மலையடிவாரத்தில் தங்கி, தொடர்ந்து தியானம் செய்து வந்தார். யாராவது அவரைத் தேடி வந்து, தங்களுக்குப் போதனை செய்யும்படி வேண்டினால், அவர் மிகவும் சுருக்கமாகப் பேசி அவர்களை அனுப்பிவிட்டு, அதைவிட மறை வான, மக்கள் எளிதில் தன்னைச் சந்திக்க முடியாத இடத்துக்குச் சென்று விடுவார்.

பிறகு அவர் ஜப்பானுக்குத் திரும்பிவந்தார். அங்கு, அவரைப் பற்றிக் கேள்விப் பட்ட, அந்த நாட்டு அரசன் அவரைக் கூப்பிட்டுத் தனக்கும், மற்றவர்களுக்கும் ஜென்னைப் போதிக்கும்படி வேண்டினான்.

காக்கூ, அந்த அரசனின் முன்னே சிறிது நேரம் அமைதியாக நின்றிருந்தார். பிறகு தன்னுடைய அங்கியிலிருந்து ஒரு புல்லாங்குழலை எடுத்து, ஒரு சிறிய சங்கீத நோட்டை இசைத்தார். அவ்வளவுதான். பிறகு அரசனுக்குக் குனிந்து மரியாதை செலுத்திவிட்டு, மறைந்துவிட்டார்.

## கருத்து

மனம் வெளியே செல்லும் பொழுது, கடவுள் தானே உள்ளே வருகிறார். இங்கு, காக்கூ முதலில் அமைதியாக நின்று, பிறகு சிறிது இசைத்துக் காட்டியது எதற்காக என்றால், முதலில் மனதை அமைதியாக்கி, காலியாக வைத்துக் கொண்டவர்கள் என்றால், பிறகு தெய்வம் அவர்களை ஒரு கருவியாக்கிக் கொண்டு, தானே இசைக்க ஆரம்பித்துவிடும். இதுதான் ஜென் போதனை.

"நீங்கள் உங்களை முதலில், ஒரு வெற்று மூங்கிலாக்கிக் கொள்ளுங்கள். உங்கள் வழியாகக் கடவுள் தன்னுடைய கீதத்தை இசைக்கட்டும்".

– ஓஷோ

# 34. இந்த உலகிலேயே மிகவும் விலையுயர்ந்த பொருள்

ஒரு சீடன், சோஜன் (SOZAN) என்ற சீனதேசத்து ஜென் மாஸ்டரிடம் ''இந்த உலகிலேயே மிகவும் விலையுர்ந்த பொருள் எது?'' என்று கேட்டான்.

அதற்கு அந்த மாஸ்டர், ''ஒரு இறந்த பூனையின் தலை'' என்று கூறினார்.

சீடன், ''ஏன் அப்படி?''

மாஸ்டர், ''ஏனெனில், அதனுடைய விலையை யாராலும் கூற முடியாது''

**கருத்து**

ஒரு அரிய வைரத்தை, விலைமதிக்க முடியாதது என்று கூறுகி றோம். அதைப் போலத் தான் ஒரு மிகச் சாதாரண பொருளையும், மதிக்க முடியாது. ஒரு மிகப் பெரிய பணக்காரனும், ஒரு மிகச்சாதாரண வறியவனும், ஒரே தன்மையில் தான் இருக்கிறார்கள் - மனத்தளவில். இதுதான் இந்த ஜென் கதையின் கருத்து.

''ஒரு மிகப் பெரிய தனவந்தனும், ஒரு மிகவும் சாதாரண பிச்சைக்காரனும், ஒரே தன்மையில் தான் இருக்கிறார்கள். ஏனென்றால், ஒருவன் செல்வத்தை அளவுக்கு மிக அதிகமாகப் பெற்று மன நிம்மதியின்றித் தவிக்கிறான். இன்னொருவன் பணமே இல்லாமல் தவிக்கிறான். ஆக, 'தவிப்பு' என்பது இரண்டு பேருக்கும் பொதுவாகிறது. ஒருவனுக்கு அஜீரணக் கோளாறு; இன்னொருவனுக்குப் பசியில் கோளாறு. அவ்வளவுதான் வித்தியாசம்''.

– ஓஷோ

## 35. ஒன்றும் தெரியாத பிரபு

ஒரு பிரபுவினால், தெய்கூ (DAIGU) மற்றும் கூடோ (GUDO) என்ற இரண்டு ஜென் ஞானிகள் அழைக்கப்பட்டனர். அங்குச் சென்றதும், கூடோ அந்தப் பிரபுவிடம், "நீங்கள் பிறவியிலேயே புத்திசாலிதான். உங்களிடம் ஜென்னைக் கற்றுக் கொள்ளும் திறமை இயற்கையாகவே இருக்கிறது" என்றார்.

இதைக் கேட்ட தெய்கூ, "முட்டாள்தனமாகப் பேசாதே. ஏன் இந்த ஒன்றும் தெரியாத பிரபுவை அனாவசியமாகப் புகழ்கிறாய். அவர் ஒரு பிரபுவாக இருக்கலாம். ஆனால், அவருக்கு ஜென்னைப் பற்றி ஒன்றும் தெரியாது" என்றார்.

ஆனால், கூடோவுக்கு ஒரு கோவிலைக் கட்டிக் கொடுப்பதற்குப் பதிலாக, அந்தப் பிரபு, - உண்மையைச் சொன்ன தெய்கூவுக்கு அதைக் கட்டிக்கொடுத்து, அவரிடமே ஜென்னைப் பயின்றார்.

### கருத்து

"பிறரை முகஸ்துதி செய்பவன் தான், பிறரிடமிருந்து முகஸ்துதியை எதிர்பார்ப்பான். முகஸ்துதி, ஒருக்காலும் நிலைத்து நிற்காது. தன்னை அறிந்து கொள்ள முயலும் எவனும், பிறரிடமிருந்து முகஸ்துதியை ஒருபோதும் எதிர்பார்க்க மாட்டான். ஏனென்றால், முகஸ்துதி செய்பவன் எப்போதும் பிறரையே நினைத்துக் கொண்டு இருப்பான். அவனுடைய மையம் அடுத்தவரிடம்தான் எப்பொழுதும் இருக்கும்".
– ஓஷோ

## 36. உண்மையான மாற்றம்

ரயாக்கான் (RYOKAN) என்பவர், ஜென்னைக் கற்றுக் கொள்ள, தன் வாழ்நாளையெல்லாம் செலவிட்டார். ஒரு நாள், தன்னுடைய மருமகன், உறவினர்களின் பேச்சைக் கேட்காமல், ஒரு விலைமாதுவிற்காக, வெகுவாகப் பணத்தைச் செலவழிப்பதாகக் கேள்விப்பட்டார். இவன், ரயோக்கானின் சொத்துகளைப் பராமரித்து வந்தான். இதைப் போல ஊதாரித்தனமாகச் செலவழிப்பதால், அவருடைய சொத்துகள் அழியக்கூடிய அபாயத்தில் இருப்பதாக, அவருடைய சொந்தக்காரர்கள், அவரிடம் கூறி அதைத் தடுக்கும்படி வற்புறுத்தினார்கள்.

ரயோக்கான், தன்னுடைய அந்த மருமகனைச் சந்திக்க நீண்டதூரம் பிரயாணம் செய்ய வேண்டும். அவர், அவனைப் பார்த்தே சுமார் பத்துவருடம் இருக்கலாம். நெடுநாட்களுக்குப்

பிறகு வந்த தன் மாமாவை அவன் அன்புடன் உபசரித்து, அன்று இரவு தன்னுடன் தங்கும்படி வேண்டினான்.

அன்று இரவு முழுவதும், ரயோக்கான் தொடர்ந்து தியானத்திலேயே இருந்தார். காலையில் புறப்படுவதற்கு முன்பு, தன் மருமகனை அழைத்து, ''எனக்கு வரவர வயதாகிக் கொண்டே போகிறது. என்னுடைய கைகளில் நடுக்கம் ஏற்படுகிறது. என்னுடைய கால் செருப்பைக் கட்டிவிட முடியுமா?'' என்று கேட்டார்.

அவனும் அதற்கு அன்புடன் சம்மதித்துக் கட்டி விட்டான்.

ரயோக்கான், ''மிக்க நன்றி. ஒன்றைப் புரிந்துகொள். ஒவ்வொரு நாளும், மனிதன் வயோதிகத்தை நோக்கிச் செல்கிறான். அவனுடைய உடல் தளர்ந்து கொண்டே போகிறது. உன் உடலை ஜாக்கிரதையாகக் கவனித்துக் கொள்'' என்று அறிவுரை கூறினார். அவ்வளவுதான். வேறு ஒன்றும் கூறவில்லை. அந்த விலைமாதுவைப் பற்றியோ அல்லது உறவினர்கள் சொன்னதையோ அவர் எதுவும் கூறவில்லை. ஆனால், அன்று காலையிலிருந்து அந்த இளைஞன் முற்றிலும் மாறிவிட்டான்.

பணத்தைச் சேர்க்கும் பொழுதும், பாலியல் இன்பத்தை அனுபவிக்கும் பொழுதும், தான் நெடுங்காலம் உயிரோடு ஆரோக்கியமாக இருக்கப் போவதாக, எல்லோரும் கற்பனை மயக்கத்தில் இருக்கிறார்கள். இது எவ்வளவு தவறானது!

### கருத்து

''எவ்வளவோ படித்த சிறந்த சுயஅறிவுமிக்க அறிவாளிகள் கூடக் கடவுள் கொள்கையில் தங்களிடம் ஒரு மாற்றத்தை ஏற்படுத்திக் கொள்ளத் தயங்குகிறார்கள்.

காரணம், சிறுவயதில் ஊட்டப்பட்ட கடவுள் சம்பந்தமான பய உணர்வுதான்.''

சிறுவயதிலேயே இந்தச் சமூகம் (சமூகம் என்றால் தாய், தந்தையர், உற்றார், உறவினர்கள், ஆசிரியர்கள் எல்லாம்) அதற்கு ஏற்ப ஒழுக்க நெறிகளையும், கடவுள் கொள்கைகளையும் பயமுறுத்தித் திணிக்கிறார்கள். சமூகத்துக்கு ஏற்ப நடந்து கொண்டால், அது அவனைப் பாராட்டி ஊக்கப்படுத்துகிறது. மாறாக சுய சிந்தனையுடன் தைரியமாகச் செயல்பட்டால், நவீன நாத்திகன் என்று ஒதுக்கி வைத்து அவனைக் கண்டிக்கிறது.

இதனால், அந்தச் சிறுவனின் சுதந்திரமான இயல்பான விழிப்புணர்வுத் தன்மையை இயல்பாகச் செயல்பட அனுமதிப்பது இல்லை. அது எங்கேயோ மிக ஆழத்தில் தள்ளப்பட்டு விடுகிறது. அப்பொழுது இந்தச் சமூகம் திணித்த போதனைகள், ஒரு சுவர்போல அவனுக்கும், அவனுடைய விழிப்புணர்வுக்கும் இடையில் நிற்கிறது. இதைத் தகர்க்க மிகுந்த தைரியம் தேவை. ஆகவேதான், அவர்களால் அந்த வட்டத்தை விட்டு வெளியே வர முடியவில்லை. அவர்களது முட்டாள் தனத்துக்கு இதுவே காரணம். ஆகவேதான், பெரும்பாலான அறிவாளிகள், கடவுள் கொள்கையில் மட்டும் முட்டாளாக இருக்கிறார்கள். அவர்களுடைய சுயசிந்தனை, சமூகப் போதனைகள் என்ற சிறைக்குள் தள்ளப்பட்டுவிட்டது.''

– ஓஷோ

## 37. கோபம்

பாங்கே (BANKEI) என்ற ஜென் மாஸ்டரிடம் ஒரு ஜென் மாணவன் வந்து, "மாஸ்டர், என்னிடம் அடக்க முடியாத கோப உணர்வு இருக்கிறது. அதை நான் எப்படிச் சரி செய்வது?" என்று கேட்டான்.

அதற்குப் பாங்கே, "உன்னிடம் ஏதோ மிகவும் வித்தியாசமான ஒன்று இருக்கிறது. அதுதான் கோபம்! எங்கே, அதைச் சற்று என்னிடம் காட்டு பார்க்கலாம்" என்றார்.

"இப்பொழுது என்னால் அதை உங்களுக்குக் காட்ட முடியாது."

"எப்பொழுது அதை என்னிடம் காட்ட முடியும்?"

"அது தானே எதிர்பாராது மேலே கிளம்பும்".

"அது உண்மையானது என்றால், அது இயல்பானது என்றால், எந்தச் சமயத்திலும் அதை என்னிடம் உன்னால் காட்ட முடியும். நீ பிறந்த போது, அது உன்னிடம் இருந்தது இல்லை. அதே சமயம், அதை உன்னுடைய பெற்றோர்களும் உன்னிடம் கொடுத்தது இல்லை. நன்றாக யோசனை பண்ணிப்பார்". என்றார்.

கோபம் என்பது எதிர்பார்ப்பதில்லை, ஏமாற்றத்தில் விளைந்த ஒரு பின்செயல் (REACTION). எதிர்பார்ப்பு ஏமாற்றத்தில் முடிகிறது. ஏமாற்றத்திலிருந்து கோபம் உண்டாகிறது.

### கருத்து

"ஒருவனுக்கு எதனால் கோபம் வருகிறது? தான் நினைத்தபடி, தன்னாலேயே நடக்க முடியாவிட்டாலும்,

பிறர் நடக்காத போதும் கோபம் தானே வருகிறது. ஆகவே, எதிர்பார்ப்பும், ஏமாற்றமுமே, கோபத்திற்கு மூல காரணம். ஒன்றை நன்றாகப் புரிந்து கொள்ளுங்கள். இந்த உலகத்தில் நீங்கள் அடைய ஆசைப்படும் அனைத்தும், உதாரணமாக, பொன், பொருள், சுகம், புகழ், அந்தஸ்த்து போன்றவைகள் எங்கே அவைகளை எடுத்தீர்களோ, அங்கேயே அத்தனையும் திருப்பி வைத்து விட்டுத்தான், வெறுங்கையோடு செல்ல வேண்டும். உங்களோடு வருவது உங்களுடைய விழிப்புணர்வும், பிரக்ஞைத் தன்மையும் தான். பாவ, புண்ணியம் கூட அல்ல. பாவ, புண்ணியக் கோட்பாடுகள் சமூகத்துக்குச் சமூகம் மாறுபடும். அது, அந்தந்தச் சமூகம் திணித்ததுதான். புரிந்து கொள்ளுங்கள்''.

– ஓஷோ

## 38. ஒரு கல் மனம்

ஹோஜென் (HOGEN) என்ற சைன தேசத்து ஜென் மாஸ்டர், அந்த நாட்டிலுள்ள ஒரு சிறிய கோவிலில் தனியாக வசித்து வந்தார். ஒரு நாள், நான்கு புத்த சந்நியாசிகள் அங்கு வந்து, இரவில் தங்கிச் செல்லும்பொழுது, வெளி வராந்தாவில் குளிருக்கு இதமாக நெருப்பு மூட்டிக் கொள்ள அவரிடம் அனுமதி கேட்டனர். அவரும் சம்மதித்தார்.

அவர்கள் அப்படி நெருப்பை மூட்டும் பொழுது, அவர்களுக்கிடையே தன்னிலை மற்றும் முன்னிலை (SUBJECTIVITY, OBJECTIVITY) பற்றி விவாதம் நடந்தது. இதை ஹோஜென் கேட்க நேர்ந்தது. அந்த விவாதத்தில் அவரும் கலந்து கொண்டு, ''ஒரு பெரிய கல் இருக்கிறது. அது உங்களுடைய மனத்துக்கு வெளியே இருக்கிறதா அல்லது உள்ளே இருக்கிறதா?'' என்று கேட்டார்.

அதில் ஒரு சந்நியாசி, ''புத்த மதக் கொள்கைப் படி, எல்லாமே மனத்தின் முன்னிலைப்படுத்துதல்தான். ஆகவே, அந்தக் கல் என் மனத்தின் உள்ளே தான் இருக்கிறது'' என்றார்.

ஹோஜென், ''அப்படியென்றால், உன்னுடைய தலை மிகுந்த பளுவை உணர வேண்டும். உன்னுடைய மனத்தில், இவ்வளவு கனமான கல்லை நீ எப்பொழுதும் சுமந்து திரிந்தால், உன்னுடைய தலை என்ன ஆவது?'' என்று கேட்டார்.

### கருத்து

இங்குக் கல் என்பது புற உலகிலில்லாதவர்கள். இந்த உலகத்தைப் புரிந்து கொள்ளத்தான் மனம் தேவைப்படுகிறது; சுமந்து செல்ல அல்ல. நீங்கள்

எண்ணங்களைச் சுமந்து செல்லுவதால், யாருக்கு என்ன பயன்? முதலில் இதை இறக்குங்கள்.

மனிதன் நம்பிக்கையில் வாழ்வதற்கு, மதங்கள் பல கற்பனைகளைத் தோற்றுவித்திருக்கின்றன. ஆனால், அந்த விஞ்ஞானயுகத்தில், எதற்கும் 'ஏன், எப்படி' என்று கேட்கும் பகுத்தறிவுமிக்க மனதை இந்தக் கற்பனைக் கதைகளால், மேலும் ஏமாற்ற முடியாது.

இன்றைக்கு ஒரு இளைஞன், பழைய பழக்க வழக்கத்திற்கும், சுயசிந்தனைக்கும் இடையில் தவித்துக் கொண்டு இருக்கிறான். இது ஒரு பெரிய மாற்றத்துக்கு அறிகுறிதான்.

இன்றைக்குக் கோவிலுக்குச் செல்பவர்களில் பெரும்பான்மையினர், ஏதோ ஒரு நம்பிக்கையில் தன்னுடைய குற்ற உணர்வுக்குப் பரிகாரம் காண மற்றும் 'வேண்டுதல், பிரார்த்தனை' என்று வியாபாரம் செய்யத்தான் அங்குச் செல்கிறார்கள். ஒருக்காலும் கடவுளுக்கு நன்றி சொல்ல அல்ல. இது தேவைதானா?

''உங்களுடைய கஷ்டங்களுக்கு நிவாரணம் தேட, உங்களுடைய தேவைகளைப் பூர்த்தி செய்ய, உங்களிடமே கேளுங்கள். வேறு எதையும் முன்னிலைப்படுத்திக் கேட்காதீர்கள். நீங்கள் எந்த அளவுக்கு உங்களுக்குள்ளே தீவிரமாகக் கேட்கிறீர்களோ, அந்த அளவுக்கு அவைகள் உங்களுக்குள்ளே கிடைக்கும். கடவுளை முன்னிலைப்படுத்திக் கேட்பது, உங்கள் சுய சிந்தனையை மங்கச் செய்யும். கடவுள் தன்மை, உங்களிடம் தன்னிலையாக இருக்கிறது. இதை அணுக தியானம் தேவை. கடவுள் என்ற ஒரு தனி நபர், இந்தப் பிரபஞ்சத்தில் எங்கும் கிடையாது.

– ஓஷோ

# 39. தூசுகளில் பற்றின்மை

'தாங்' (TANG) மன்னர்கள் காலத்தில், ஜென் கெட்சூ (ZENGETSU) என்ற ஒரு சைன தேசத்து ஜென் மாஸ்டர் தன்னுடைய மாணவர்களுக்காக, கீழ்க்கண்ட அறிவுரைகளை எழுதி வைத்தார்.

1. ஒரு உண்மையான ஜென் மாணவனின் எண்ணம் எதுவாக இருக்க வேண்டும் என்றால், அந்த உலகத்திலேயே வாழ வேண்டும்; அதே சமயம் இந்த உலக தூசுகளில் பற்றின்மையைக் கடைப்பிடிக்க வேண்டும்.

2. அடுத்தவர்களுடைய நல்ல செய்கைகளை சாட்சியாக நின்று பார்க்கும் பொழுது, அதைப் பின்பற்றக் கூடிய தைரியத்தை வரவழைத்துக் கொள்ளவும். அதைப்போல அடுத்தவர் களுடைய கெட்ட நடவடிக்கையைக் கேட்கும் பொழுது, அவைகளைப் பின்பற்றக் கூடாது என்று உங்க ளுடைய மனதிற்கு அறிவுரை கூறவும்.

3. நீங்கள் தனியாக ஒரு இருட் டறையில் இருந்தாலும், ஒரு பெருமைமிக்க விருந்தினரோடு இருப்பதாகக் கருதிக் கொள்ள வும். அப்பொழுது உங்களுடைய இயல்பான, உண்மையான உணர்வுகளுக்கு மேலாக எதையும் வெளிப்படுத்த வேண்டாம்.

4. வறுமை உங்களுடைய பொக்கிஷமாக இருக்கட்டும். ஒரு சுலபமான வாழ்க்கைக்காக, அதைப் பறிகொடுத்து விடாதீர்கள்.

5. ஒருவன் முட்டாளைப் போலக் காட்சியளிப்பான். ஆனால் உண்மையில் அவன் அப்படி அல்ல. அவன் தன் புத்திசாலித்தனத்தைப் பாதுகாக்க அப்படித் தோற்றமளிக்கலாம்.

6. சுயக் கட்டுப்பாட்டின் (SELF - DISCIPLINE) பலன் மிகவும் போற்றத்தக்கது. மழை அல்லது பனிபொழிவது போல, அதன் மேலான தன்மையை இழந்துவிட வேண்டாம்.

7. சகல ஒழுக்கத்தின் ஆதாரம் தன்னடக்கம் தான். நீங்களாக அதைப் பிறருக்கு வெளிப்படுத்துவதற்கு முன்பு, அதை அவர்களே தெரிந்து கொள்ள வேண்டும்.

8. பெருந்தன்மையான ஒருவன், தன்னை முன்னிலைப் படுத்திக் கொள்ளமாட்டான். அவனுடைய வார்த்தைகள் வைரம் போன்று விலை மதிக்க முடியாதது. ஆனால், அது எப்பொழுதாவதுதான் வெளிப்படும்.

9. ஒரு பொறுப்புள்ள மாணவனுக்கு, ஒவ்வொரு நாளும் அதிர்ஷ்டமான நாள்தான். அவன் காலத்தோடு இயைந்து செல்லுவான்; ஒருக்காலும் பின்னால் தங்க மாட்டான். அவனைப் புகழோ அல்லது அவதூறோ ஒன்றும் செய்யாது.

10. தவற்றின் பொறுப்பைத் தைரியமாக ஏற்றுக்கொள். ஒருபோதும் அவற்றைப் பிறர்மேல் திணிக்காதே. அது சரியா, தவறா என்றுகூடப் பிறரோடு வாதிட வேண்டாம்.

11. சில காரியங்கள், சரியானது என்றாலும், பலகாலமாக அவைகள் தவறு என்றே கருதப்படும். பல காலம் சென்ற பிறகு தான் அதனுடைய உண்மையான மதிப்பு தெரியும் என்பதால், அவைகளுடைய புகழுக்காக இப்பொழுதே ஆசைப்பட வேண்டாம்.

12. ஒரு குறிக்கோளுடன் இந்த உலகத்தில் வாழவும். இதன் பலனை இந்தப் பிரபஞ்ச பேரியக்க மகா சக்தியிடமே

அர்ப்பணித்து விடவும். ஒவ்வொரு நாளையும் அமைதியாகக் கழிக்கவும். பரபரப்புக்கும், இறக்கத்துக்கும் இந்த உலகத்தில் எதுவுமில்லை.

### கருத்து

"தெரிந்தோ, தெரியாமலோ, இந்தச் சமூகம் உங்களை வளர்க்கிறது. இதற்கு நீங்கள் நன்றிக்கடன் பட்டிருக் கிறீர்கள். அந்தக் கடனை, நீங்கள் ஏதாவது புதுமையை இந்த உலகத்துக்கு நல்கத்தான் தீர்க்க வேண்டும். விலங்குகளைப்போல வாழ்ந்து, மடிய வேண்டாம். ஆனால் புதுமையின் பலனை, அந்தப் பேரியக்கத் தெய்விகப் பேராற்றலுக்கே அர்ப்பணித்துவிடவும். ஏனென்றால், அது, அங்கு இருந்துதான் உங்கள் வழியாக வெளிவந்திருக்கிறது. நீங்கள் வெறும் கருவிதான். ஞாபகமிருக்கட்டும்.

– ஓஷோ

## 40. புகை வராத விளக்கு

ஜப்பானில் உள்ள நாகசாகியில் (NAGASAKI) வசிக்கும் கேமி (KAME) என்ற பெண்மணி புகை வராத அழகு மிகுந்த விளக்குகளைத் தயாரிக்கும் ஒரு சிலரில் ஒருத்தி. அதைப் போலக் கலை அம்சம் நிறைந்த விளக்குகளைப் பொதுவாகத் தேநீர் அருந்தும் அறையிலேயோ அல்லது விருந்தினரை வரவேற்கும் கூடத்திலேயோ தான் அலங்காரமாக வைப்பது வழக்கம். இந்தக் கலையை கேமி, அவளுடைய தகப்பனாரிடமிருந்து கற்றுக் கொண்டாள்.

ஆனால் இவளுக்குக் குடிப்பழக்கமும், புகை பிடிக்கும் பழக்கமும் உண்டு. அதைப் போலப் பிற ஆடவர்களோடு கலகலப்பாகக் கலந்து பழகும் பழக்கமும் உண்டு. ஏதாவது கொஞ்சம் பணம் கிடைத்தாலும் போதும், உடனே தன்னைப் போல உள்ள பல கலைஞர்களை, தச்சு வேலை செய்பவர்கள், கவிஞர்கள் போன்றவர்களை அழைத்து, விருந்து கொடுத்து

மகிழ்வது வழக்கம். அப்பொழுது தன்னுடைய புதுமையான விளக்குக்கு, ஒரு வடிவம் கொடுக்க, அவர்களோடு கலந்து பேசுவது, அவளுக்கு ஒரு ஊக்கியாக இருக்கும்.

பொதுவாக, கேமி தன்னுடைய புதுமைப் படைப்பில், மிகவும் மெல்லத்தான் ஈடுபடுவாள். ஒருபோதும் அவசரப் படமாட்டாள். ஆனால், அவளுடைய படைப்பு, மிகுந்த கலைத்திறன் கொண்டதாக இருக்கும். அவள் படைத்த விளக்கை, எல்லோரும் ஒரு பொக்கிஷம் போலப் போற்றுவார்கள்.

ஒரு சமயம், அந்த நகரத்தின் மேயர், தனக்கு ஒரு அழகான புதுமைமிக்க விளக்கைத் தயாரித்துக் கொடுக்கும்படி வேண்டினார். அவளும் அதற்கு ஒப்புக் கொண்டாள். ஆனால் ஆறு மாதமாகியும், அவள் அதை ஆரம்பிக்கவே இல்லை. அந்த சமயம், அந்த மேயர், வெகு உத்தியோக உயர்வில் மாற்றலாகிச் செல்ல இருந்தார். ஆகவே, அவர் கேமியிடம் வந்து தான் கேட்ட விளக்கைச் சீக்கிரம் முடித்துக் கொடுக்கும்படி சொன்னார்.

கடைசியில், ஏதோ புதுமை உள்ளுணர்வு ஏற்பட்டு, கேமி, விளக்கைச் செய்ய ஆரம்பித்தாள். அது முடிவடைந்த பிறகு, தன்னுடைய மேசைமீது வைத்து, அதனுடைய அமைப்பை உன்னிப்பாக நீண்ட நேரம் பார்த்துக் கொண்டே இருந்தாள். அதைத் தன்னுடைய சொந்தப் பொருளாகக் கருதி, மிகவும் ஓய்வாக, புகை பிடித்துக் கொண்டும், மது அருந்திக் கொண்டும் ஒரு நாள் முழுவதும் பார்த்துக் கொண்டே இருந்தாள்.

கடைசியில் அவள் ஒரு சுத்தியலை எடுத்து, அதை உடைத்துச் சுக்கு நூறாக்கி விட்டாள். ஏனென்றால், தான் எதிர்பார்த்தபடி ஒரு சிறந்த படைப்பாக அது அமையவில்லையாம்.

### கருத்து

"புதுமைப் படைப்பு என்பது, தானே நிகழ வேண்டும். யாருடைய குறுக்கீடோ அல்லது வற்புறுத்தலோ இருக்கக் கூடாது. ஒரு சங்கீத வித்வான், காலையில் தானே பாடுவதற்கும், ஒரு சபையில் பாடுவதற்கும் மிகுந்த வித்தியாசம் உண்டு. ஒரு கலைஞனின் புதுமைப் படைப்பு என்பது, அவனுடைய மனம் சலனமின்றி இருக்கும் பொழுது அந்தத் தெய்விகப் பேராற்றல் தானே வந்து, தன் மூலமாகத் தன் படைப்பை நிகழ்த்துகிறது".

– ஓஷோ

# 41. ஒரு உண்மையான அதிசயம்

ரயுமான் (RYUMON) கோவிலில், பாங்கே (BANKEI) என்ற ஜென் மாஸ்டர் போதனை செய்யும் பொழுது, 'அன்பே புத்தர்' என்ற மந்திரத்தைப் பல தடவை மீண்டும் மீண்டும் சொல்லி, குறைகளை நிவர்த்தி செய்வதாக நம்புகிறார் என்ற சீன்சூ (SHINSHU) சந்நியாசி. அந்த ஜென் மாஸ்டரிடம் நிறைய சீடர்கள் இருப்பதைக் கண்டு அவரிடம் பொறாமை கொண்டு, அவரோடு வாதிட்டு, அவரைத் தோற்கடிக்க வேண்டும் என்று முடிவு செய்தார்.

பாங்கே போதனை செய்து கொண்டு இருக்கும் பொழுது, ஒரு நாள் அந்த சந்நியாசி இடையில் புகுந்து சம்மந்தமில்லாமல் பேசி தொந்திரவு கொடுத்துக் கொண்டே இருந்தார். ஒரு கட்டத்தில் பாங்கே, தன் பிரசங்கத்தை நிறுத்திவிட்டு, அவரைக் கேட்க நினைத்தார்.

அந்தச் சந்நியாசி, ''எங்களுடைய மதப்பிரிவை ஏற்படுத்தியவர், ஆற்றின் ஒரு கரையில் நின்று கொண்டு ஒரு தூரிகையைக் கையில் ஏந்தி, அடுத்த கரையில் தன்னுடைய வேலையாள் ஒரு வெற்றுக் காகிதத்தைப் பிடித்துக் கொண்டு நின்றிருந்தால், இவர் இங்கு இருந்தபடியே, தெய்விகப் பெயரான அமிதாவை, (AMIDA) காற்றிலேயே எழுதி, அந்தப் பேப்பரில் விழும்படி செய்யும் அற்புத ஆற்றலைப் பெற்றவர். உங்களால் அதைப் போல அற்புதச் செயலைக் காட்ட முடியுமா?'' என்று பெருமையாகப் பேசி, சவால் இட்டார்.

அதற்கு பாங்கே எளிமையாக, ''ஒருக்கால் உங்களுடைய தலைவர் ஏதோ தந்திரம் செய்திருக்கலாம். ஆனால், ஜென்னில் அப்படி ஒன்றும் கிடையாது. என்னுடைய அற்புதம் என்னவென்றால், 'எனக்குப் பசி எடுக்கும் பொழுது, உண்ண

மட்டுமே செய்வேன். அதைப் போலத் தாகம் எடுக்கும் பொழுது, நீரை அருந்தித் தாகத்தை மட்டுமே தணிப்பேன். அவ்வளவுதான்'' என்றார்.

### கருத்து

''நீங்கள் ஒரு செயல் செய்யும் பொழுது, அதில் மட்டும் உங்கள் மனம் முழுமையாக ஈடுபட வேண்டும். இது தான் தியானம் என்பது. சாப்பிடும் பொழுது சாப்பிட மட்டுமே செய்ய வேண்டும். குளிக்கும் பொழுது குளிக்க மட்டுமே செய்ய வேண்டும். சாப்பிடும் பொழுது, குளிப்பதைப் பற்றிச் சிந்திப்பதோ அல்லது குளிக்கும் பொழுது சாப்பிடுவதைப் பற்றிச் சிந்திப்பதோ கூடாது. இதற்குப் பயிற்சி மிக அவசியம். ஒரு உண்மையான ஆள் எப்பொழுதும் அற்புதத்திற்கு எதிரானவன்தான். அவன், இயற்கைக்கு மாறாக எதையும் செய்யமாட்டான் - மிகவும் அவசியமாக இருந்தாலொழிய பொதுவாக அற்புதம் செய்வது என்பது ஆணவத்தின் வெளிப்பாடுதான்.''

– ஓஷோ

# 42. வெறுமனே தூங்கச் செல்லுங்கள்

தெக்கிசு (TEKISUI) என்ற ஜென் மாஸ்டரின் படுக்கையில், அவர் இறப்பதற்கு மூன்று நாட்களுக்கு முன்பே தொடர்ந்து, அவரது படுக்கையின் பக்கத்தில் காசன் (KASAN) என்ற பிரதம சீடர் அமர்ந்திருந்து அவரைக் கண்காணித்து வந்தார். காசன்தான், அவருக்கு அடுத்த படியாக அந்தத் தலைமைப் பொறுப்பை ஏற்றுக் கொள்ளப் போகிறவர்.

பக்கத்தில் உள்ள ஒரு எரிந்த கோவிலை, புதிதாக நிர்மாணிப்பதில் காசன் மிகவும் ஈடுபாடு கொண்டிருந்தார். தெக்கிசு, காசனிடம், ''அந்தக் கோயிலை முடித்தபிறகு, நீ என்ன செய்யப் போகிறாய்?'' என்று கேட்டார்.

காசன், ''உங்களுடைய உடல் தேறியபிறகு, நீங்கள்தான் அங்கு முதலில் பேச வேண்டும்.''

''அதுவரைக்கும் நான் உயிரோடு இல்லை என்றால்?''

''வேறு யாரை யாவது ஏற்பாடு செய்வோம்.''

''அப்படி யாரும் கிடைக்கா விட்டால்?''

இப்பொழுது காசன் சத்தமாக, ''இதைப் போல முட்டாள்தனமாகக் கேள்வி கேட்காதீர்கள். வெறுமனே ஓய்வாகத் தூங்குங்கள்'' என்று சொன்னார்.

இங்கு, தன் மாஸ்டர், தன் கடைசிக் காலத்தில் எதிர்காலத்தைப் பற்றி நினைப்பது, சீடனுக்குப் பிடிக்கவில்லை. ஜென் எப்பொழுதும் இறந்தகால மற்றும் எதிர்கால நிகழ்வுகளுக்கு எதிரிதான்.

### கருத்து

"வாழ்க்கையை முன்கூட்டியே திட்டமிட்டு நடத்துவது என்பது முட்டாள்தனம். ஏனெனில், வாழ்வுக்கு எந்த இலக்கும் கிடையாது. அது பாட்டுக்கு நிகழ்ந்து கொண்டுதான் இருக்கும். நேற்று என்பது நடந்து முடிந்து விட்டது, நாளை என்பது பொய். 'இங்கே, இப்பொழுது' என்பதுதான் நிஜம். இந்தக் கணத்தில் முழுமையாக வாழுங்கள். நாளை தானே முழுமையில் இயங்கும்".

– ஓஷோ

## 43. எதுவுமே இல்லை

யமோக்கா (Yamoka) என்ற ஒரு ஜென் மாணவன், பல மாஸ்டர்களிடம் சென்று ஏதோ கற்றுக் கொண்டு, கடைசியில் டாக்வான் (DOKUON) என்ற மாஸ்டரிடம் வந்து சேர்ந்தான். அவன், தான் ஜென்னை மிகவும் புரிந்துகொண்டதாகக் காட்டிக்கொள்ள, டாக்குவானிடம், "மனம் என்றோ, உணர்வுகளுடைய உயிரினங்கள் என்றோ எதுவும் இல்லை. உண்மையான இயற்கைத் தன்மை என்பது வெறும் ஒன்றுமற்றதுதான் (NOTHINGNESS). அடைதல் என்றோ, தோற்றம் என்றோ, நல்லது, கெட்டது என்றோ, மற்றும் சந்நியாசி என்றோ எதுவுமில்லை. அதைப்போல், கொடுப்பது என்றோ, வாங்குவது என்றோ எதுவுமில்லை" என்று தான் படித்ததை நினைவு கூர்ந்து ஒப்புவித்தான்.

அப்பொழுது டாக்குவான், மிகுந்த ஓய்வில் புகை பிடித்தவாறு அமர்ந்திருந்தார். எதுவும் சொல்லவில்லை. பிறகு அவர், திடீரென்று ஒரு மூங்கில் குச்சியை எடுத்து அவனை அடித்தார். இது அவனுக்குக் கோபத்தைத் தூண்டியது. ஆனால் அவர், "எதுவுமே இல்லையென்றால், இந்தக் கோபம் எங்கே இருந்து வந்தது?" என்று கேட்டார்.

### கருத்து

மனம் இருக்கும் வரையில் கோபம், தாபம் என்று எல்லாமே இருக்கத்தான் செய்யும். மனமற்ற நிலையில் அதை முழுமையாக உணர்ந்த ஒருவனால்தான் அப்படிக் கூற முடியும். அந்த இளைஞனிடம் மனம் (அதாவது அகங்காரம்) இன்னும் இருக்கிறது என்று சுட்டிக்காட்டவே அந்த மாஸ்டர் அப்படிச் செய்தார்.

''பௌதிகத்தைப் பொருத்தவரையில், 'ஒன்றுமற்றது' என்றால், வெறுமை அல்லது காலி (EMPTY) என்று பொருள். ஆனால் ஆத்மிகத்தைப் பொருத்தவரையில், 'ஒன்றுமில்லை' (NOTHINGNESS) என்றால் எல்லாம் நிறைந்தது என்று பொருள். ஒரு அறையில், எந்தப் பொருளும் இல்லாவிட்டால், பௌதிகத்தைப் பொருத்தவரையில், அது காலியாக இருக்கிறது என்று பொருள். ஆனால் ஆத்மிகத்தைப் பொருத்தவரையில், எல்லாம் (உயிர்த்தன்மை) நிறைந்திருக்கிறது என்று பொருள். இந்த முரண்பாட்டை எப்பொழுதும் ஞாபகத்தில் வைத்துக் கொள்ளுங்கள். மனதில் ஒன்றும் இல்லை என்றால் அங்குத் தெய்விகப் பேராற்றல் நிறைந்து இருக்கிறது என்று பொருள்.

''மனம் வெளியே செல்ல, தெய்வம் உள்ளே வருகிறது.''

*– ஓஷோ*

# 44. வேலை இல்லையேல், உணவும் இல்லை

ஹையாகுஜோ (HYAKUJO) என்ற சைன தேசத்து ஜென் மாஸ்டர் தன் மாணாக்கர்களுடன் சேர்ந்து தோட்ட வேலை முதல் பலவித வீட்டு வேலைகளையெல்லாம், சேர்ந்தே செய்வார். இது அவர்களுடைய மாணாக்கர்களுக்குப் பிடிக்கவில்லை.

தாங்கள் சொன்னால், இவர் கேட்க மாட்டார் என்று புரிந்து கொண்ட அந்த மாணாக்கர்கள், அவர் மீது கருணை கொண்டு, ஒரு நாள் அவர் வேலை செய்ய உபயோகிக்கும் மண்வெட்டி, கத்தி, கடப்பாறை போன்றவைகளை மறைத்து வைத்து விட்டனர். அன்றைக்கு மாஸ்டர் எதையும் சாப்பிடவில்லை, அதைப் போலவே, அடுத்தடுத்த நாளிலும் கடைப்பிடித்தார். இதைக்கண்ட மாணாக்கர்கள், ''நாம் அவருடைய சாமான்களை மறைத்து வைத்ததால், நம் மேல் கோபமாக இருக்கிறார்போல தெரிகிறது'' என்று கருதி, அவரிடம் எல்லோரும் மன்னிப்புக் கேட்டனர். பிறகு அவர் மீண்டும் வேலையில் ஈடுபட அவர்கள் உதவினார்கள்.

என்றைக்கு அவர், தன் வேலையை ஆரம்பித்தாரோ, அன்றிலிருந்து அவர் எப்பொழுதும்போலச் சாப்பிட ஆரம்பித்துவிட்டார்.

ஒரு நாள் மாலை, அவர், ''வேலை இல்லையேல் உணவும் இல்லை. அது யாராக இருந்தாலும் சரி'' என்று அவர்களுக்குப் போதித்தார்.

### கருத்து

***''நான், இந்த ஆஸ்ரமத்தில், மிகவும் ஆடம்பரமாக வாழ்வதாக வெளியில் உள்ளவர்கள் நினைத்துக் கொண்டு***

இருக்கிறார்கள். நான் சாப்பிடும் உணவு, உடை மற்றும் சகல வசதிகளும், என்னுடைய பணக்காரச் சீடர்கள் அன்பு கூர்ந்து, எனக்குத் தானம் கொடுத்ததுதான். ஆனால் உண்மையில் இது என்னுடைய சீடர்களின் ஆஸ்ரமம். என்னுடையது அல்ல. சட்டப்படி என்னுடைய பெயரில் இங்கு எதுவுமே இல்லை. நான் இங்கு ஒரு பிச்சைக்காரன்தான் ! – ஆத்மிகப் பிச்சைக்காரன். நான் செய்யும் போதனைக்கு, என் சீடர்கள் வழங்கிய அன்புப் பிச்சைதான் இவைகள் எல்லாம். உடல் அளவில் என்னால் எதுவும் செய்ய முடியாது. அதற்காக மிகவும் வருத்தப்படுகிறேன்''.

– ஓஷோ

# 45. உண்மையான நண்பர்கள்

நீண்ட நாட்களுக்கு முன்பு, சைனாவில் இரண்டு நண்பர்கள் இருந்தார்கள்.அதில் ஒருவன் நரம்பு வாத்யமான, 'ஹார்ப்பைக்' (HARP) கையாளுவதில் நிபுணன். அடுத்தவன், மற்றவனது வாசிப்பை ரசிப்பதில் அலாதி பிரியம் கொண்டவன்.

ஒருவன் மலையைப்பற்றி வாசித்தாலோ அல்லது பாடினாலோ, அடுத்தவன் அதை மிகுந்து ரசித்து ''நான் அந்த மலையையே என் கண் முன்னால் பார்க்கிறேன்'' என்பான். அடுத்து நீரைப் பற்றி வாசித்தால், அடுத்தவன், ''இதோ அந்த அழகிய நீர்வீழ்ச்சி'' என்பான்.

ஆனால் ஒருநாள் அந்த ரசிப்பவன் வியாதியால் படுத்து இறந்துவிட்டான். இதனால், வாசிப்பவனின் மனம் உடைந்து, அந்த வாத்யத்தின் நரம்புகளை அறுத்துவிட்டு, அதை வாசிப்பதை அடியோடு விட்டுவிட்டான். அதுமுதல் அந்த அறுபட்ட வாத்யக்கருவி, அவர்களுடைய நெருங்கிய நட்பின் சின்ன மாகிவிட்டது.

**கருத்து**

*''என்னுடைய சிறுவயதில், நானும் என் நண்பன் ஒருவனும், ஆற்றுக்குக் குளிக்கச் செல்லுவது வழக்கம். அப்பொழுது, நான் ஒரு புல்லாங்குழலை எடுத்துச் சென்று வாசிப்பது வழக்கம். அதை என் நண்பன் மிகவும் ரசித்துக் கேட்பான். பிறகு நாங்கள் இருவரும் ஆற்றில் நீந்தி விளையாடி விட்டு, வீடு திரும்புவோம்.*

*ஒருநாள், ஆற்றில் சற்று வெள்ளம் ஏற்பட்டிருந்தது. எனக்கு எப்பொழுதும் வெள்ளத்தில் நீந்துவது பிடிக்கும். ஆகவே, நானும் என் நண்பனும் அதில் நீந்தி அக்கரையை*

*அடையத் தீர்மானித்தோம். சற்று நீந்தியபின், நான் அவனை ஆற்றில் தேடினேன். ஆனால், அவன் அந்த ஆற்றின் வேகத்துக்கு ஈடுகொடுக்க முடியாமல், ஆற்றோடு அடித்துச் செல்லப்பட்டான்.*

நான் ஆற்றின் ஓட்டத்திலேயே சற்று நீந்தி அக்கரையை அடைந்தேன். கரை ஏறிய பின்பு, அவனுடைய பெயரைப் பலமுறை கூறி உரக்கக் கத்தினேன். ஆனால் அதற்கு எந்தவிதப் பதிலும் இல்லை. அப்படியே பல மணி நேரம் மனம் உடைந்து கண்ணீர் மல்க உட்கார்ந்திருந்தேன். பிறகு எழுந்து, அந்தப் புல்லாங்குழலை எடுத்து ஆற்றில் வீசிவிட்டேன், அவன் நினைவாக, நட்பின் அடையாளமாக. அது முதல் நான் என் வாழ்க்கையில் மீண்டும் புல்லாங்குழலையே தொட்டது இல்லை. நட்பு என்பது இழப்பில்தான் தெரியும்.''

— ஓஷோ

## 46. உயிருள்ள புத்தரும், நீர்த்தொட்டி செய்பவனும்

பொதுவாக ஜென் மாஸ்டர்கள், ஒரு தனி அறையில் தனிப்பட்ட முறையில், தன் மாணாக்கர்களின் தகுதிகளுக்கு ஏற்ப, போதனை செய்வது வழக்கம். அப்பொழுது வேறு யாரும் உள்ளே செல்ல அனுமதி இல்லை.

கோயோட்டோவில் (KYOTO) உள்ள 'கென்னின்' (KENNIN) என்ற புத்த கோவிலில், மோக்குரை (MOKURAI) என்ற ஒரு ஜென் மாஸ்டர் இருந்தார். அவர், தன் மாணவர்களோடு மட்டுமின்றி, பல வியாபாரிகள், பத்திரிகை நிருபர்கள் போன்றவர்களிடம் கூட, பொதுவாகப் பேசி மகிழ்வது வழக்கம். அதில் ஒரு நீர்த்தொட்டி செய்பவரும் அடங்கும்.

அந்த ஆளுக்கு அவ்வளவு படிப்பு கிடையாது. ஏதோ கொஞ்சம் படிக்கத் தெரியும். அவர், சாதாரணமாக மோக்குரையிடம் வந்து, முட்டாள் தனமாகக் கேள்விகள் கேட்டு, அவர் கொடுக்கும் டீயை அருந்தி விட்டுச் செல்லுவது வழக்கம்.

ஒரு நாள், அந்த ஆள் இருக்கும்பொழுது, அந்த மாஸ்டர், தன் மாணாக்கர்களுக்குத் தனிப்பட்ட முறையில் போதனை செய்ய, அவரை அடுத்த அறையில் சற்று இருக்குமாறு கூறினார்.

அதற்கு அந்த மனிதன், "நீங்கள் ஒரு வளரும் புத்தர் என்று இதுவரை கருதிக்கொண்டிருந்தேன். ஆனால், கோவிலில் உள்ள அந்தக் கல் புத்தர் கூட, தன்னிடம் வருபவர்களிடம், தன்னைப் பார்க்கக்கூடாது என்றுசொல்லி மறுப்பது இல்லை. அப்படி இருக்கும்பொழுது, நான் ஏன் ஒதுக்கப்பட வேண்டும்?" என்று கேட்டான்.

இதைக்கேட்ட மோக்குரை, எதுவும் பேசாமல், தன் மாணவர்களோடு அறையை விட்டு வெளியே சென்றுவிட்டார்.

யானை பன்றியைக் கண்டு விலகுவதுபோல, அறிவாளிகள் முட்டாள்களைக் கண்டு ஒதுங்க வேண்டும். இதுவே புத்திசாலித்தனம்.

**கருத்து**

''எங்கேயோ, எப்பொழுதோ, யாராலேயோ, எந்தக் கால கட்டத்திலேயோ, அப்பொழுது உள்ள சமூக அமைப்புக்கு ஏற்றவாறு ஏற்படுத்திய சட்டதிட்டங்களை, கொள்கை கோட்பாடுகளை, வகுத்த நியதிகளை யெல்லாம், மேற்கொண்டு சிந்திக்காமல் அப்படியே, நம் முன்னோர்கள் சொல்லியது என்றும் பாரம்பரியம் என்றும், நம் முன்னோர்கள் முட்டாள்கள் அல்ல என்றும், குருட்டுத்தனமாக நம்புவதில், நம்முடைய சுயசிந்தனை, சுயமரியாதை மற்றும் தைரியத்தையும் இழந்து நிற்போம்.

அவர்கள் அனைவரும் ஒரு சிலவற்றை ஒருசில நம்பிக்கைகளில் முட்டாள்தனமாகவே சொல்லி யிருக்கிறார்கள். எந்த மதமாவது கர்ப்பத்தடையை ஆதரிக்கிறதா? ஆனால், நான் ஆதரிக்கிறேன். இன்றைய சூழ்நிலையில், ஒரு சக்திமிக்க அணுகுண்டை விட மனித குலத்துக்கு ஜனப்பெருக்கம் செய்யும் தீமை மிகமிக அதிகம்.

நான் தனிப்பட்டு, யாருடைய வாழ்விலும் குறுக்கிடமாட்டேன். அது என் வேலையும் அல்ல. அதைப்போல எனக்கென்று சில விதிமுறைகளை வைத்திருக்கிறேன். ஆனால், அதை நீங்களும் பின்பற்ற வேண்டும் என்று நான் உங்களைக் கட்டாயப்படுத்த மாட்டேன்''.

**– ஓஷோ**

## 47. பற்றின்மை

ஏஹி (EIHEI) என்ற கோவிலில் தலைவர் கிட்டானோ ஜெம்போ (KITANO GEMPO) என்பவர் தன்னுடைய 92வது வயதில், அதாவது 1933ல் காலமானார். அவர் தன் வாழ்நாள் முழுவதும், எதிலும் ஒருவிதப் பற்றற்ற தன்மையைக் கடைப்பிடித்து வந்தார்.

அவர் தன்னுடைய 20வது வயதில் ஊர் ஊராகச் செல்லும் பொழுது, ஒரு சமயம் புகை பிடிக்கும் பழக்கம் உள்ள ஒரு வழிப்போக்கனைச் சந்தித்தார். இருவரும் சேர்ந்து, ஒரு மலையடிப்பாதையில் நடந்து செல்லும் பொழுது, ஒரு மரத்தடியில் சற்றுத் தங்கினார்கள். அப்பொழுது அந்த வழிப் போக்கன், ஜெம்போவுக்கு ஒரு சுருட்டைக் கொடுத்தான். அவர் அப்பொழுது மிகவும் பசியாக இருந்த காரணத்தால், அதை ஆவலுடன் வாங்கிப் புகைத்தார்.

அப்பொழுது அவர், "இந்தப் புகைபிடித்தல் எவ்வளவு அற்புதமாக இருக்கிறது" என்று சொல்லி மகிழ்ந்தார். இதைக் கேட்ட அந்த வழிப்போக்கன், மேலும் ஒரு சுருட்டைக் கொடுத்துவிட்டு, விடை பெற்றான்.

ஆனால் ஜெம்போ, 'இதைப்போன்ற உடல் ரீதியாக மகிழ்ச்சி கொடுக்கும் பொருள், தியானத்திற்கு இடைஞ்சல். இந்தப் பழக்கம் ஏற்படுவதற்கு முன்பே இவைகளை விட்டுவிடவேண்டும். ஆகவே இதை இத்துடன் நிறுத்தி விடுகிறேன்' என்று உணர்ந்து அந்தச் சுருட்டை அத்துடன் தூக்கி எறிந்தார்.

அடுத்து, அவர் தன்னுடைய 23வது வயதில் ஐகிங் (I-KING) எழுதிய பிரபஞ்சத்தத்துவத்தைப் படித்தார். அப்பொழுது அது குளிர்காலமானதால், அவருக்குக் கனமான

கம்பளி ஒன்று தேவைப்பட்டது. அதற்காக, அவர் சுமார் நூறு மைல் தள்ளி வசிக்கும் தன்னுடைய ஆசிரியருக்கு ஒரு கடிதம் எழுதி ஒருவர் மூலம் கொடுத்து அனுப்பினார். ஆனால் அந்தக் குளிர்காலம் முடிந்தும், அந்த ஆசிரியரிடமிருந்து எந்தப் பதிலும் வரவில்லை.

ஒரு சமயம், தன்னுடைய கடிதம் போய்ச்சேரவில்லையோ என்று கூடச்சந்தேகப்பட்டார். அதன்பிறகு, அந்த ஆசிரியரிடமிருந்து வந்த கடிதத்தில் ஆடையைப்பற்றி அவர் எதுவும் குறிப்பிடவில்லை. ஆகவே, ஜெம்போ, தன்னுடைய முந்தைய கடிதம் அவருக்குப் போய்ச் சேரவில்லை என்று கருதிவிட்டார்.

பிறகு ஒருநாள் அவர், "ஐ-கிங்கின் தத்துவத்தில் ஆழமாகச் செல்ல முயன்றால், தியானத்தைக் கைவிட வேண்டி வரும்" என்று தீர்மானித்து அத்துடன் அதைப் படிப்பதை நிறுத்தி விட்டார்.

அடுத்து, அவர் தன்னுடைய இருபத்தெட்டாவது வயதில், சீனமொழியையும், கவிதைகளையும் பற்றி ஆழமாகப் படிக்க எண்ணினார். விரைவில், அதில் அவர், தன் ஆசிரியரே புகழும் அளவுக்கு, தேர்ச்சி பெற்று விட்டார். ஆனால், ஒரு நாள் ஜெம்போ 'இப்பொழுதே இதை நிறுத்திவிட்டால், நான் ஒரு சிறந்த கவிஞாகிவிடுவேன். ஒருக்காலும் நான் ஒரு ஜென் ஆசிரியனாக முடியாது' என்று தீர்மானித்து, அத்துடன் கவிதை எழுதுவதை நிறுத்திவிட்டார்.

இந்த உலகத்தில் ஒரு சிறு பற்று இருந்தாலும் அந்த உலகத்தை அடைய முடியாது. 'எண்ணம்' என்ற உலகத்தை முதலில் அகற்றுங்கள்.

### கருத்து

"தியானம் ஒன்றைத்தவிர, மற்றைய அனைத்தும் இந்த உலக சம்மந்தப்பட்டதுதான். தியானம் ஒன்றுதான், நீங்கள்

யார் என்பதை உண்மையாக உணரவைக்கும்; அறியவைக்கும். அப்பொழுது நீங்கள் அந்தத் தெய்விகப் பேராற்றலின் ஒரு சிறு பகுதி என்று உணர்ந்து, அந்தத் தெய்விகப் பேரானந்தமாகவே ஆகிவிடுவீர்கள். அப்பொழுது, இந்த உலகம் உங்களை ஒன்றும் செய்யாது. இதுவே உங்கள் பிறப்பை அறுக்க ஒரே வழி. மற்றும் உண்மையான நிரந்தர வழி. மற்ற சகல வழிகளும், உதாரணமாக விரதம், பாராயணம், ஜபம், ஹோமம், விக்கிரக ஆராதனை போன்றவைகள் உங்களுடைய பொய்யான மன ஆறுதலுக்காக, மனநிறைவுக்காக ஏற்பட்டவைதான்.

இவைகளால் நீங்கள் பல உலக ஆதாயங்களைப் பெறலாம். அதனால் முடிவில் என்ன பயன்? ஒழுக்கத்தின் மூலமாக மட்டும், நீங்கள் ஒருக்காலும் கடவுளை அடையமுடியாது. உண்மையான ஒழுக்கம் தியானத்தின் மூலமாகவே வரவேண்டும். அதாவது அது உங்களுக்குள்ளேயிருந்து வரவேண்டுமே தவிர, வெளியே இருந்து திணிக்கப்பட்டதாக இருக்கக்கூடாது. இது உங்களைத் தேர்ந்த நடிகனாக ஆக்க மட்டுமே உதவும். இதை ஆழந்து புரிந்து கொள்ளுங்கள்.''

– ஓஷோ

# 48. தோசுவினுடைய 'வினிஹர்'

தோசு என்ற வயதான ஒரு ஜென்மாஸ்டர், ஏதோ ஒரு கோவிலில் வசித்து, அதன் ஒழுங்குமுறைகளைக் கடைப்பிடித்து வாழ்வதைத் தவிர்த்து, ஒரு பாலத்துக்கு அடியில் பிச்சைக்காரர்களோடு பிச்சைக்காராகச் சேர்ந்து வாழ்ந்தார். அவருடைய மிகுந்த தள்ளாமையின் காரணமாக, சிரமப்பட்டு பிச்சை எடுக்காமல் சாப்பிடுவதற்காக, ஒரு நண்பன் அவருக்கு ஒரு ஏற்பாடு செய்தார். அதாவது, எப்படி அரிசியைப்பெற்று, அதிலிருந்து 'வினிஹர்' என்னும் புளித்த காடியைத் தயாரிப்பது என்பதைச் சொல்லிக் கொடுத்தார். அதைப் போல, தோசு இறக்கும் வரை செய்து, வாழ்ந்து சென்றார்.

இப்படி வாழ்ந்து கொண்டு இருக்கும்பொழுது, ஒரு பிச்சைக்காரன் அவருக்கு ஒரு புத்தர் படத்தைக் கொடுத்தான். தோசு அதைத் தன் குடிசையில் மாட்டி, அதற்குக் கீழே, கீழ்க்கண்டவாறு எழுதிவைத்தார். அதாவது:

''வணக்கத் துக்குரிய புத்தர் பெருமானே,

இந்த அறை மிகவும் குறுக லானதுதான். நீங்கள் இதில் கொஞ்ச காலம் தான் என்னுடன் வசிக்கலாம். ஆனால், உங்களுடைய சொர்க்கத்தில் மீண்டும் நான் பிறக்க உதவி செய்யவேண்டும் என்று நான் உங்களிடம் கேட்பேன் என்று மட்டும் நீங்கள் நினைக்கவேண்டாம்.''

பயன் கருதி எதையும் செய்ய வேண்டாம். நீங்கள் செய்யும் தான தர்மங்களுக்கு, ஒரு அர்த்தம் கற்பித்துக் கொள்ளாதீர்கள். இது ஒரு ஏமாற்று வேலை. தான தர்மம் என்பது உங்களுடைய குற்ற உணர்வை மறக்க ஒரு சமூக ஆறுதல். அவ்வளவுதான். எப்பொழுதும் இயல்பாக அன்பும், கருணையும் கொண்டு இருங்கள் போதும்.

## கருத்து

'எவ்வளவு தீவிரமாகவும், எவ்வளவு அவசரமாகவும், இதுதான் உங்களுடைய வாழ்வின் கடைசித் தருணம் என்று கருதி, முழுமையாக உங்களுக்குள்ளே செல்லவும். இதிலிருந்துதான் 'கட-உள்' (கடந்து செல் உன் உள்ளே), 'கடவுள்' என்று அருமையான வார்த்தை ஏற்பட்டது.

"கடவுளைக் கோவிலுக்குச் சென்று தேடாதீர்கள். ஜெ.கிருஷ்ணமூர்த்தி, சொல்லியதுபோல, 'கடவுள் கோவிலில் இல்லை கோவிலுக்குச் செல்லும் 100க்கு, 90 சதம் பேர்கள் ஏதோ உலக ஆதாயத்துக்காகத்தான் செல்கிறார்கள். கடவுளை அறிய அல்ல. உண்மையாகவே, கடவுளை அறிய விரும்புபவன், கோவிலுக்குச் செல்லமாட்டான். தனக்குள்ளேதான் செல்வான். கோவில் என்பது சாதாரண மக்களை ஒழுங்குபடுத்த, பயமுறுத்த, குற்ற உணர்வைப் போக்க.... இப்படி சாதாரண விஷயங்களுக்காகத்தான்."

– ஓஷோ

# 49. ஒரு அமைதியான கோவில்

சோச்சி (SHOICHI) என்ற ஜென் ஆசிரியர், ஒரே கண்ணை உடையவர். ஆனால், அந்த ஒரு கண்ணில் ஞான ஒளி வீசும். அவர் டோபுக்கு (TOFUKO) கோவிலில் தங்கித் தன் சீடர்களிடத்தில் போதனை செய்து வந்தார்.

ஒருநாள் அந்த மாஸ்டர் இறக்க நேர்ந்தது. அதுவரைக்கும் அமைதியாக இருந்த கோவில் பிறகு சூத்திரம் ஒலிப்பதாகவும், மணி ஒலி எழுப்புவதாகவும் இருந்தது. இதைக்கேட்ட பக்கத்தில் வசிக்கும் ஒரு பெண்மணி, இவைகளை வைத்து, சோச்சி இறந்துவிட்டார் என்று ஊகித்துவிட்டாள்.

**கருத்து**

*''மதம் என்பது ஏதோ ஒன்றை நம்புவதற்காகவோ, கூட்டமாகச் சேர்ந்து ஆரவாரம் செய்வதற்காகவோ அல்ல. மாறாக, அது ஏதோ ஒன்றில் வாழ்வதற்காக மற்றும் ஏதோ ஒன்றில் அனுப வப்படுவதற் காகத்தான் ஏற் பட்டது. அது உங்களுடைய சாதாரணமனதால் நம்பக் கூடிய ஏதோ ஒன்று அல்ல. மாறாக அது உங்களுடைய முழு உயிர்த்தன்மையின் நறுமணமாகும். - இந்த உலகத்தைப் பொருத்தவரையில் நீங்கள் மனதாலும், உடலாலும் ஏதோ வேலை செய்துதான் தீரவேண்டும். ஆனால், அந்த உலகத்தை அடைய, நீங்கள் உடலாலும், மனதாலும் முழு ஓய்வில் இருக்கவேண்டும். இதற்கு ஒரே வழி தியானம் தான். உங்களை நீங்கள் அறிந்து கொள்வதே அந்த உலகத்தை அடைதல் ஆகும்.''*

***—ஓஷோ***

## 50. புத்தருடைய ஜென்

புத்தர் சொல்கிறார்:

1. அரசர்களையும், அவர்களது அந்தஸ்த்தையும் மற்றும் அதிகாரத்தையும், இந்த மண்ணுக்குச் சமம் என்று கருதுகிறேன்.

2. தங்கம், வைரம் போன்ற பல வண்ணக் கற்களையெல்லாம், வீடுகட்டும் செங்கல்லாகவும், சிறுவர்கள் விளையாடும் கூழாங்கற்களாகவும் பார்க்கிறேன்.

3. மிகமெல்லிய வழுவழுப்பான பட்டு ஆடைகளை, பொத்தல் நிறைந்த கந்தலாகப் பார்க்கிறேன்.

4. இந்தப் பிரபஞ்சத்தில் உள்ள பல உலகங்களை, ஒரு பழத்தில் உள்ள பலவிதை களாகவும், இந்தியாவில் உள்ள மிகப் பெரிய ஏரியை, என் காலுக்கு மேல் உள்ள ஒரு சிறிய எண்ணைத் துளியாகவும் பார்க்கிறேன்.

5. இந்த உலகத்தில் உள்ள பல போதனைகளை, பல கண்கட்டி வித்தைக்காரர்களின் மாயா ஜாலம் போலக் கருதுகிறேன்.

6. மிக மோசமான அடிமைத்தனத்திலிருந்து விடுதலை அடைவதை, கனவில் நிகழும் தங்க ஜரிகையில் சித்திர வேலைப்பாடுடைய ஒரு விலையுயர்ந்த பட்டுத் துணியாகக் கருதுகிறேன், ஞானமடைந்த விழிப்புணர்வு மிக்கவர்களின் புனிதப்பாதையை, கண்களில் மலர்ந்த ஒரு அபூர்வமலராக நோக்குகிறேன்.

7. தியானத்தை, ஒரு மலையைத் தாங்கும் தூணாகவும் நிர்வாணாவை, பகலில் காணும் பயங்கரக் கனவாகவும் நோக்குகிறேன்.

8. அதைப்போல, 'சரி', 'தவறு' என்ற கடைசி நாள் தீர்ப்பை, சூழ்ச்சிமிக்க டிராகன் (DRAGON) என்ற பாம்பின் நடனம் போலவும், மேலான மற்றும் கீழான நம்பிக்கைகளை, நான்கு விதப் பருவகாலங்கள் விட்டுச் செல்லும் எச்சமாகவும் (மலம்) கருதுகிறேன்.

## கருத்து

"பாவ, புண்ணியக் கோட்பாடுகள் சமூகத்துக்குச் சமூகம், மதத்துக்கு மதம், சூழ்நிலைக்கு ஏற்ப, காலத்துக்குக் காலம் தேவைகளை ஒட்டி மாறுபட்டுக் கொண்டே இருக்கும். அதைப்போல ஒழுக்க நியதிகளும் (MORALITY) சடங்குகள் சம்பிரதாயங்கள் மற்றும் நம்பிக்கைகளும் மாறிக்கொண்டே இருக்கும். ஆகவே இவைகளைக் கொண்டு, கடவுளை அடையலாம் என்று ஒருபோதும் கனவு கண்டு கொண்டு இருக்காதீர்கள். கடவுளை அடைய ஒரே வழி உங்கள் எண்ணங்களை ஒதுக்குதல்தான், அழிப்பது அல்ல. வெறுமனே, கிளிப்பிள்ளையைப் போல 'ராமா', 'ராமா' என்று பல லட்சம் தடவைகள் எழுதுவதாலேயோ அல்லது ஜபிப்பதாலேயோ, நீங்கள் உங்களை ஒருக்காலும் அறிந்துகொள்ள முடியாது.

ஆனால் உலகாயுதமாக நீங்கள் நினைப்பது கைகூடலாம். ஏன், அந்த ராமனே கூட நீங்கள் நினைத்த உருவம்போல உங்களுக்குக் காட்சி தரலாம், ஏன் பேசக் கூடச் செய்யலாம். இவைகள் அனைத்தும் உங்களால் நெறிப்படுத்தப்பட்ட மனம் செய்யும் வேலைதான். இப்படித்தான் உங்களுடைய பல கடவுள்கள் இந்த உலகத்தில் அவதாரம் எடுத்தனர். அதாவது உங்களுடைய மனத்தால்.

ஒரு உண்மையான வித்தியாசமான நிகழ்ச்சிக்கு தெய்வ முலாம் பூசப்பட்டு, அது இலக்கியமாகவும், இதிகாசமாகவும், புலவர்களின் பொய்களால் அலங்கரிக்கபட்டுக் காவியமாகி விடுகிறது. இதை ஆழ்ந்து தைரியமாகப் புரிந்துகொள்ளுங்கள்''.

*– ஓஷோ*

## 51. தோஸானின் மூன்று பவுண்டு

தோஸான் என்ற ஜென் ஆசிரியர், ஒரு தராசில் சணல் கயிறுக் கட்டை நிறுக்கும்பொழுது, ஒரு சந்நியாசி அவரிடம் வந்து 'புத்தர் என்றால் என்ன?' என்று கேட்டான்.

அதற்குத் தோஸான், 'இந்தச் சணல் கயிறு மூன்று பவுண்டு இருக்கிறது' என்றார்.

### கருத்து

நீங்களே ஒரு புத்தராக இருக்கும்பொழுது, நீங்கள் இன்னொரு புத்தரிடம் சென்று, புத்தர் என்றால் என்ன என்று கேட்பது எவ்வளவு முட்டாள்தனம்? இதைவிட சணல் கயிற்றின் எடைதான் தோஸானுக்கு முக்கியமாகப் பட்டது! அது மாத்திரமல்ல, தோஸான் அந்தக் கணத்தில் அப்பொழுது மட்டும் வாழ்கிறார்.

'உங்களுடைய செயலில் உங்கள் மனம் கரைய வேண்டும். அப்பொழுது செய்பவன் என்றோ, செய்யப்படும் பொருள் என்றோ, தனியாக இருப்பதில்லை. இந்த நிலைக்குத்தான் 'தியானம்' என்று பெயர். சிமனம்

செயலில் ஒடுங்கும்பொழுது அது நிகழ்காலத்தில் இருக்கிறது. நிகழ்காலம் என்பது "இப்பொழுது, இங்கே, இந்தக் கணம் என்பதுதான். ஆனால், அது ஒரு நொடியில் இறந்த காலமாகிவிடும். இதைக் கவனிக்க மிகுந்த விழிப்புணர்வு தேவை. ஆனால், மனம் எப்பொழுதும் எதிர்காலத்திலேயோ அல்லது இறந்த காலத்திலேயோ தான் இருக்கவிரும்பும். இதைக் கவனித்து அதை மீண்டும் மீண்டும் நிகழ்காலத்தில் கொண்டுவரவேண்டும். சிறிதுகாலப் பயிற்சியில், அது சாத்யமாகிவிடும்'.

– ஓஷோ

# 52. உலர்ந்த சாணம்

உம்மன் (UMMAN) என்ற ஜென் ஆசிரியரிடம் ஒரு சந்நியாசி, 'புத்தர் என்றால் என்ன?' என்று கேட்டான். உம்மன், ''உலர்ந்த சாணம்'' என்றார்.

## கருத்து

இந்தக் கேள்வி, மிகவும் முட்டாள்தனமானது என்று சுட்டிக்காட்டவே, உம்மன் அப்படிக் குறிப்பிட்டார்.

''சினம் இறக்கக் கற்றாலும்
சித்தி எல்லாம் பெற்றாலும்
மனம் இறக்கக் கல்லார்க்கு
வாய் ஏன், பராபரமே''

*– தாயுமானவர்*

## 53. காசப்பாவின் போதனை

ஆனந்தா, காசப்பரிடம், 'தன்னுடைய அடுத்த வாரிசு நீங்கள்தான் என்று காட்ட புத்தர், உங்களுக்குத் தங்க வேலைப்பாடு மிக்க அங்கியை அளித்தார். அதைத் தவிர உங்களுக்கு வேறு என்ன அளித்தார்?' என்று கேட்டார்.

காசப்பர், 'ஆனந்தா!' என்றார்.

உடனே ஆனந்தா, 'ஆமாம் சகோதரனே!'

காசப்பர், "இப்பொழுது, நீ என்னுடைய போதனைகளை எழுதிக்கொள். உன்னுடையதைத் தூக்கி அப்பால் வைத்துவிடு" என்றார்.

சாதாரண மனிதர்கள்தான் இறந்தகால, எதிர்கால எண்ணத்தில் இருப்பார்கள். ஞானிகள் அல்ல. இங்கு ஆனந்தா, இறந்த காலச் செயலில் இருக்கிறார். இதைத்தான் காசப்பர் சுட்டிக் காட்டுகிறார்.

### கருத்து

"நீங்கள் ஒரு சில காலம், என்னுடைய வழி முறைகளையும், கொள்கை மற்றும் கருத்துகளையும் பின்பற்றலாம். அது தவறு இல்லை. ஆனால், உங்களுக்கென்று ஒரு வழியை, ஒரு நெறியை, சீக்கிரம் ஏற்படுத்திக் கொண்டு, அதன் வழியே செல்ல முயற்சி செய்யுங்கள். கடைசிவரை, என்னை நீங்கள் பின்பற்றிச் செல்ல, உங்களுடைய சுயமரியாதையும், சுய உணர்வு மற்றும் அறிவையும் இழந்து நிற்பீர்கள். அப்பொழுது நீங்கள் ஒரு சாதாரண கிளிப்பிள்ளையாக மட்டுமே இருப்பீர்கள். உங்களுடைய சுயத்தை உணரமாட்டீர்கள்.

எந்த ஒரு தத்துவவாதியோ, தர்க்கவாதியோ, பண்டிதனோ, அறிவின் போதையோ சுலபமாக ஞானம் அடைய முடியாது. நான் படித்த குப்பைகளை வெளியே தள்ளப் பட்டபாடு கொஞ்சநஞ்சமல்ல. என்னை வெறுமையாக்கிக் கொள்ள அவ்வளவு கஷ்டப்பட்டேன்''

– ஓஷோ

# 54. வார்த்தைகளற்றும், அமைதியற்றும்

புகெட்சூவிடம் (FUKETSU) ஒரு சந்நியாசி வந்து, ''பேசாமலும், அதே சமயம் அமைதியாக இல்லாமலும், உண்மையை நீங்கள் எப்படி வெளிப்படுத்துவீர்கள்?'' என்று கேட்டான்.

புகெட்சூ, "தெற்குச் சைனாவைப் பற்றி எப்பொழுதும் நினைத்துக்கொள்ளுவேன். பலவித நறுமணமிக்க மலர்களிடையே, எத்தனை விதமான பறவைகள், எத்தனை விதமான கீதங்கள் ... ஆஹா" என்று முகம் மலர ஆனந்தமாகக் கூறினார்.

### கருத்து

*அந்த நிலையில், உண்மையை வெளிப்படுத்த முடியாது என்று சுட்டிக்காட்டவே, இறந்தகால இன்பக் கனவுக்குச் செல்லலாம் என்று சொல்லாமல் சொல்கிறார்!*

*'மனம் என்பது பல லட்சம் கூட்டு எண்ணக் கலவை தான். அதில் மாறுபட்ட கருத்துகளை உடையவைகள் மிகமிக அதிகம். ஆகவேதான், உலகப்பற்று உள்ளவர்கள் மிகுந்த எண்ணப் போராட்டங்களில் சிக்கித் தவித்து, நிம்மதியற்று இருக்கிறார்கள் மற்றும் இறக்கிறார்கள். ஒருவன் எந்த அளவுக்குப் பணக்காரனாக இருக்கிறானோ, அந்த அளவுக்கு நிம்மதி இழந்து நிற்கிறான். ஆகவே, வாழ்க்கையை எளிமைப்படுத்திக் கொள்ளுங்கள். பணமும், மனமும் உங்கள்மேல் அதிகாரம் செய்யாமல் இருக்க விழிப்பாக இருக்கவும். அளவான வறுமை, கடவுளின் ஆசிர்வாதம் என்று கருதிக் கொள்ளுங்கள்'*

***– ஓஷோ***

## 55. காற்றும் அல்ல, கொடியும் அல்ல

ஒரு கொடியைப்பற்றி, இரண்டு சந்நியாசிகள் வாக்குவாதம் செய்துகொண்டு இருந்தார்கள்.

ஒருவன், "இந்தக் கொடி அசைகிறது"

அடுத்தவன், "இல்லை காற்றுதான் நகருகிறது"

ஆறாவது ஜென் மடாலயத்துத் தலைவர், அந்த வழியே போக நேர்ந்தது. அவர்களது வாக்குவாதத்தைக் கேட்ட அவர், "காற்றும் அல்ல, கொடியும் அல்ல, மனம்தான் நகருகிறது" என்றார்.

### கருத்து

காற்று அசைந்தாலும், கொடி ஆடினாலும் மனம் அதில் பதியாது இருந்தால், அந்த அசைவுகள் அதற்கு எப்படித் தெரியும்? ஆகவே, உண்மையில் மனம்தான் அசைகிறது.

> "நட்ட கல்லைத் தெய்வமென்று
> நாலு புட்பம் சாத்தியே
> சொல்லும் மந்திரம் ஏதடா?
> நட்ட கல்லும் பேசுமோ?
> நாதன் உள் இருக்கையில்
> சுட்ட சட்டி சட்டுவம்
> கறிச்சுவை அறியுமோ?"

— *சிவாக்கியர்*

## 56. புத்தர் என்றால் என்ன?

ஒரு சாதாரண ஆள், பாசுவிடம் வந்து,

'புத்தர் என்றால் என்ன?' என்று கேட்டான்.

பாசு, 'இந்த மனம் தான் புத்தர் என்பது' என்றார்.

இன்னொரு சமயம், ஒரு சந்நியாசி, பாசுவிடம்,

'புத்தர் என்றால் என்ன?' என்று கேட்டார்.

பாசு, 'இந்த மனம் புத்தர் இல்லை' என்றார்.

### கருத்து

ஒரு சாதாரண மனிதனைப் பொருத்தவரையில், மனம்தான் அவனை ஆதிக்கம் செலுத்துகிறது. ஆகவே தான் பாசு, இந்த மனம் தான் புத்தர் என்பது என்றார்.-அவன் புரிந்துகொள்ள.

ஆனால், ஒரு சந்நியாசி, அப்படிக் கேட்கும் பொழுது, 'இந்த மனம் புத்தர் அல்ல' என்கிறார். ஏனெனில், புத்தரை மனத்தால் அறியமுடியாது, மனமற்ற நிலையில்தான் அறியமுடியும் என்று குறிப்பிடுகிறார். இதை ஒரு சந்நியாசி புரிந்துகொள்ளமுடியும்.

"ஆங்காரம் உள்ளடக்கி
ஐம்புலனைச் சுட்டறுத்துத்
தூங்காமல் தூங்கிச்
சுகம் பெறுவது எக்காலம்?"

— பத்திரகிரியார்

## 57. போதி தர்மர், மனதைச் சாந்தப்படுத்துகிறார்

போதி தர்மர் சுவற்றைப் பார்த்தவாறு உட்கார்ந்திருந்தார். அப்பொழுது, அவருக்கு அடுத்த தலைவராக வரக்கூடியவர், தன்னுடைய ஒரு கையை வெட்டி அவருக்குக் காணிக்கை கொடுக்க வெளியே பனியில் நின்று கொண்டு, 'என்னுடைய மனதை அமைதிப்படுத்த முடியவில்லை. மாஸ்டர் அவர்களே, என்னுடைய மனதை அமைதிப்படுத்துங்கள்' என்று வேண்டினார்.

அதற்குப் போதிதர்மர், 'நீ அந்த மனத்தை என்னிடம் கொண்டு வந்தால், உனக்காக நான் அதை அமைதிப்படுத்துகிறேன்' என்றார்.

"நான் அதைக் கொடுக்கமுடியாது. ஏனெனில் அது என் கைக்கு அகப்படு வது இல்லை."

"அப்படி யென்றால் உன் மனம் ஏற்கனவே அமைதியாகி விட்டது என்று அர்த்தம்" என்றார்.

மனம் என்பதே பொய் மற்றும் அலை பாய்தல்தான், அதற்கு, தனித்த சக்தி எதுவும் கிடையாது. உயிர்தான் அதற்கு ஆதாரம். உயிர் இருக்கும் வரைதான் மனமும் இருக்கும். மனம் அமைதியாகாவிட்டால், அது காணாமல் போய்விடுகிறது. அதன் தோற்றம் ஆரவாரத்தில்தான் இருக்கிறது.

### கருத்து

'உண்மை என்பது கல்யாணமாகாத பெண்போல, பொய் என்பது கல்யாணமாகி, தன்னைப்போல பல

பிள்ளைகளைப் பெற்றவள். புரட்சிகரமாக, எதிர்க்கக்கூடிய, மனவலிமை உள்ளவர்களிடம்தான் உண்மைபேசும். ஆனால் அப்படி வாழ்வது என்பது ஆபத்தானதுதான். உதாரணம் ஜீசஸ், சாக்ரட்டீஸ், காந்தி.... போன்று பலர்.

உண்மையை, மக்கள் கூட்டம் (அது மதசம்பந்தமான கூட்டமாக இருந்தாலும் சரி) அறிந்துகொள்ள முடியாது. தனிமனிதனிடம்தான், சுயமாகச் சிந்திப்பவனிடம்தான், தைரியமாக மூடக் கொள்கையை எதிர்ப்பவரிடம்தான், உண்மை தானே முன் வந்து தன்னை வெளிப்படுத்திக் காட்டும்.''

– ஓஷோ

## 58. யார் அவர்?

ஹோயென் (HOEN) என்ற ஒரு ஜென் ஆசிரியர், 'இறந்தகால, மற்றும் வருங்கால புத்தர்கள் இருவரும் அவருக்கு வெறும் வேலையாட்கள்தான். யார் அவர்?' என்று தன் சீடர்களிடம் கேட்டார்.

### கருத்து

இறந்த கால மற்றும் வருங்காலம் என்பது மனம்தான். நிகழ்காலத்தில் வாழும் புத்தருக்கு, அந்த மனம் ஒரு வேலைக்காரன்தான். ஆனால், இறந்தகாலமும் வருங்காலமும் ஒரு சமயத்தில் நிகழ்காலத்தில்தான் இருந்து இருக்கும். ஆகவே தான் அவைகளையும் புத்தர் என்று அழைத்தார்.

"மதம் என்பது தன்னைத்தவிர, வெளியே உள்ள பொருள்களிடம் கடவுளைத் தேடுவதுதான். மதத்தன்மை என்பது தனக்கு வெளியே பார்க்கும் கண்ணோட்டத்தை 180 டிகிரி திருப்பித் தன்னையே பார்த்துக் கொள்ளல்தான். நான் போதிப்பது மதத்தன்மையைத் தான், மதத்தை அல்ல. மதம் ஆரவாரமிக்கது. மதத்தன்மை அமைதியானது மற்றும் ஆழமானது. ஒருவன் மதத்தன்மையைப் பெற எதையும் செய்யத் தேவை இல்லை. மிகவும் ஓய்வாக அவனது மனதைக் கவனிப்பதைத் தவிர. மதம் மிகவும் அலங்காரமிக்கது, ஆரவாரமிக்கது, கவர்ச்சியுடையது. மதத்தன்மை தனித்து இருக்கவே மிகவும் பிரியப்படும். அது வெட்கம் மிகுந்தது! - ஒரு கன்னிப் பெண்ணைப் போல!

'உண்மை' என்ற புதுமை படைக்கும் வீரன், எப்பொழுதும் இந்தக் கன்னிப் பெண்ணையே நாடுவான்.'

– ஓஷோ

## 59. தொசூவின் மூன்று தடுப்புகள்

தொசூ என்ற ஒரு ஜென் மாஸ்டர், மூன்று தடுப்புகளை ஏற்படுத்தி வைத்திருந்தார். ஒவ்வொரு சீடனும் அதைத் தாண்டித்தான் செல்லவேண்டும்.

முதல் தடுப்பு, ஜென்னைக் கற்றல். இதன் மூலம் ஒருவன் தன்னுடைய உண்மையான இயற்கைத் தன்மையை நோக்குதல். இப்பொழுது, உங்களுடைய உண்மையான இயற்கைத்தன்மை எங்கே இருக்கிறது என்று கூறமுடியுமா?

இரண்டாவது தடுப்பு, ஒருவன் தன் உண்மையான இயற்கைத்தன்மையை அறிந்துகொண்டால், அவன் பிறப்பு இறப்பு சக்கரத்திலிருந்து விடுதலையடைகிறான். இப்படி, நீங்களே உங்களுடைய கண்களை உங்களுடைய உள் ஒளியிலிருந்து எடுத்துவிட்டு நீங்கள் ஒரு சவம்போல இருந்தால் எப்படி உங்களால் உண்மையாக விடுதலை அடைய முடியும்?

மூன்றாவது, நீங்கள் பிறப்பு இறப்பு சக்கரத்திலிருந்து விடுதலை அடைந்து விட்டால், நீங்கள் எங்கே இருப்பீர்கள் என்று உங்களுக்குத் தெரிய வேண்டும். இப்பொழுது உங்களுடைய உடலும், நான்குவித மூலக் கூறுகளாகிவிடுகின்றன. நீங்கள் இப்பொழுது எங்கே இருக்கிறீர்கள்?

## கருத்து

ஜென்னைப் படிப்பதால் மட்டும் உங்களுடைய உண்மையான இயற்கைத்தன்மையை நீங்கள் அறிந்து கொள்ள முடியாது. தியானத்தில் நீங்கள் உங்களுக்குள்ளே மிகவும் ஆழமாகச் செல்லவேண்டும். அப்படி உங்களுடைய உண்மையான இழப்பை அறிந்துகொண்ட பிறகு, நீங்கள் பிறப்பு இறப்புச் சக்கரத்திலிருந்து விடுதலையடைகிறீர்கள்.

அப்படி விடுதலை அடைந்து, நீங்கள் இறந்த பிறகு, உங்களுடைய பிரேதம் மட்டும் இங்கே கிடக்கிறது. பிறகு அதுவும் அழிந்து விடுகிறது. இப்பொழுது நீங்கள் எங்கே இருக்கிறீர்கள்? எங்கேயும் குறிப்பிட்டு நீங்கள் இருக்கவில்லை. ஆனால் எல்லா இடங்களிலும் பரவி இருக்கிறீர்கள்! அதாவது நீங்களே உயிர்த்தன்மையாகி விடுகிறீர்கள்.

இந்தப் பிரபஞ்சம் என்பதுதான் உங்களுடைய சொந்த வீடு. ஆனால் இந்த வீட்டுக்கு எல்லை கிடையாது. எல்லையற்ற வீட்டில், எல்லையற்ற தன்மையாகவே நீங்கள் இருக்கிறீர்கள். நீங்கள் உடல் என்ற கூட்டுக்குள் அடைபட்டு, புலன்கள் வழியாக இந்த உலகத்தில் செயல்படுத்தும்பொழுது, நீங்கள் மனமாகவும், உங்களுடைய எல்லையற்ற உயிர்த்தன்மை (EXISTENCE),

ஆத்மாவாகவும் மாறுகிறது. ஆத்மா என்பது மாசுபடுத்தப்பட்ட அல்லது ஆசைகளோடு அல்லது மனதோடு கூடிய உயிர்த்தன்மை என்று பொருள்.

ஆனால், பழைய மதத்தவர்கள், வெறும் சுத்த உயிர்த்தன்மையையே ஆத்மா என்று அழைக்கின்றனர். இது தவறு. இந்த ஆசைகள் அடங்கிய ஆத்மாதான் உங்களை மறுபிறவி எடுக்கவைத்து, அந்த ஆசைகளைப் போக்கி, தன்னைச் சுத்த ஆத்மாவாக அல்லது சுத்த உயிர்த்தன்மையாக ஆக்கிக் கொள்கிறது. அப்பொழுதுதான் அது அந்த எல்லையற்ற பிரபஞ்ச பேரியக்க உயிர்த்தன்மையோடு ஒன்றுகலக்க முடியும். இதுதான் விடுதலை அல்லது மோட்சம் என்பதாகும். இதை ஆழ்ந்து புரிந்து கொள்ளுங்கள்'.

– ஓஷோ

# 60. சோசோ பன்றியை எப்படிக் காப்பாற்றினார்?

வென்னும் (WEN), ஹ-ஒவும், (HO) அரிசிக்காகப் பிச்சை எடுத்துக்கொண்டு ஒரு கிராமத்தின் வழியாகச் சென்றார்கள். எதிர்பாராது, அவர்கள் ஒரு பன்றியைக் கொல்லும் காட்சியைப் பார்க்க நேர்ந்தது. அது இரத்த வெள்ளத்தில் துடிதுடித்துக் கொண்டு இருந்தது. இதைப்பார்த்து வென், வாந்தி எடுத்தான். ஆனால் ஹ-ஒவுக்கு எதுவும் நேரவில்லை.

வென், 'மனிதனுக்காக அந்தப் பன்றி தன் இரத்தத்தைக் கொடுக்கும்பொழுது, என் இதயம் அந்தப் பன்றிக்காக, தன் இரத்தத்தைக் கொடுக்கிறது' என்றான் மிகவும் வருத்தத்துடன்.

'ஹ-ஒ, பன்றியும் இல்லை, மனிதனும் இல்லை. மற்றும் மனம் என்றும் இல்லை. பெயர்களைத் தவிர வேறு எதுவும் இல்லை'' என்றான்.

கடைசியில், இருவரும் ஒத்துப் போகவில்லை. ஆகவே, புத்திஸத்தின் அடிப்படைக் கொள்கையின் பிரகாரம், யாருடைய நிலை சரியானது என்று அறிந்துகொள்ள, இருவரும் தோக்குசானை (TOKUZAN) அணுகினார்கள்.

தோக்குசான்,தோட்டவேலையில் ஈடுபட்டிருந்த சோ சோவைக் கூப்பிட்டு, அவருடைய அபிப்பிராயத்தைச் சொல்லும்படி கேட்டார்.

சோ சோ, 'நான் அந்தப் பன்றியைக் காப்பாற்றி விட்டேனே,' என்று சொல்லிவிட்டு, மீண்டும் தன் வேலையைக் கவனிக்கச் சென்றுவிட்டார். இதைக் கேட்ட இருவருக்கும் சந்தேகம் ஏற்பட்டுவிட்டது.

ஹூ-ஏ, 'சோசோவின் நாக்கில் ஒரு சில எலும்புகளே உள்ளன. ஒரு கிளிகூட இதையேதான் சொல்லும்'.

மறுபடியும் மாஸ்டர், சோ சோவைக் கூப்பிட்டு, 'உன்னுடைய சகோதர சந்நியாசிகள், உன்னுடைய கருத்தில் திருப்தியுறவில்லை. எனக்குக் கூட சற்று விளக்கிக் கூறவும்' என்றார்.

சோசோ, ''காலையிலும், மாலையிலும், எல்லா உயிரினங்களும் நல்லபடியாக வாழ, நாம் நான்கு திசைகளிலும் வணங்கி, வாழ்த்துகிறோம். நான் அறிந்தவரையில், இந்த வாழ்த்து அர்த்தமற்றுப் போகாது. ஆகவே, நான் அந்தப் பன்றியைப் பற்றி இவர்கள் சொன்னதைக் கேட்கும்பொழுது, அதனுடைய ஆத்மா சாந்தியடைய மனதார வாழ்த்தினேன்' என்றார்.

தோக்குசான், 'நல்லதே செய்திருக்கிறாய் நீ. ரொம்பசரி. உண்மையாகவே, நீ அந்தப் பன்றியைக் காப்பாற்றி விட்டாய்' என்றார்.

அப்பொழுது வென், 'ஆனால் அந்தப் பன்றி இறந்து விட்டதே' என்றான்.

மாஸ்டர், 'நீ இறப்பைப் பற்றி மேலும் கூறினால் முப்பது அடி விழும் ஜாக்கிரதை' என்று கோபமாகக் கூறினார். பிறகு சற்று சாந்தமான குரலில், 'அந்தப் பன்றிக்காக, வென் பச்சாதாபப்பட்டது சரிதான். ஆனால், வெறும் இரக்கப்படுவதால் மட்டும், எந்தப் பிரயோஜனமும் இல்லை. இரக்கப்படும் ஒவ்வொரு நேரமும், அதற்காக ஏதாவது செய்தல் வேண்டும்'' என்றார்.

அடுத்து அவர், ''ஹூ-ஏ கூடச் செய்தது சரிதான். - கொள்கை அளவில். ஆனால், கொள்கை என்பது, அதில் மட்டும்தான்

சரியாக இருக்கும். ஒருவன் கஷ்டப்படும்பொழுது அது உதவிசெய்யாது. எல்லா நிகழ்வுகளும், செயல் எதிர்பார்த்தே இருக்கின்றன.

போதிசத்வா இந்த உலகத்தில் பிறக்கும் பொழுது, அந்த அற்புதமான நிகழ்ச்சியை, புத்தரின் கவனத்துக்குக் கொண்டு வரா விட்டால், அதுகூட வீண்தான். ஆகவே, எல்லோரும் கலைந்து சென்று, அவர் அவர்களுடைய வேலையைக் கவனிக்கவும்'' என்றார்.

### கருத்து

''நாம் ஒவ்வொருவரும் இந்தச் சமூகத்துக்குக் கடன்பட்டிருக்கிறோம். பல தொழிலாளர்கள் உங்களுடைய உணவு, உறைவிடம் மற்றும் உடுப்பு போன்றவைகளுக்காகத் தங்கள் உழைப்பைக் கொடுத்திருக்கிறார்கள். இந்தச் சமூகம் பல வழிகளில் நீங்கள் உயர, உதவி செய்திருக்கிறது. ஆகவே, நீங்கள் ஏதாவது புதுமை செய்து, இந்த உலகத்துக்கு அளிக்கவேண்டும். அதாவது இந்த உலகத்தில், உங்களுடைய பெயரும் பதிக்கப்பட வேண்டும். இரக்கப்படுவது உங்கள் அன்பு மனம். உதவி செய்வது உங்கள் கருணை மனம்; ஒருவனிடம் இந்த இரண்டு மனமும் இருக்கவேண்டும்.

ஒன்றுமே இல்லாத சந்நியாசிகள் கூட இந்த உலகத்துக்கு ஏதாவது செய்ய முடியும்.''

– ஓஷோ

## 61. ஒரு கோப்பைத் தேனீர்

1868-1912 என்ற காலகட்டத்தில், நான்-இன் (NAN-IN) என்ற ஒரு ஜப்பானிய ஜென் மாஸ்டர், ஜென்னைப் பற்றி விசாரிக்க வந்திருக்கும் ஒரு பல்கலைக்கழக முதுநிலை ஆசிரியரை வரவேற்றார். நான் இன் அவருக்கு டீயை வழங்கினார், அப்பொழுது அவர் இந்த விருந்தாளியின் கோப்பையில் டீயை ஊற்றும்பொழுது, அது டீயினால் நிறைந்தபிறகும், அது கீழே வழிவதைப் பொருட்படுத்தாமல், மேலும் மேலும் ஊற்றிக் கொண்டே இருந்தார்.

இதைக் கவனித்த அந்த முதுநிலை ஆசிரியர், ஒரு கட்டத்தில் பொறுக்க முடியாமல், 'அது நிறைந்து வழிந்துவிட்டது. மேலும் ஊற்றுவதால் என்ன பிரயோஜனம்?' என்று கேட்டார். அதற்கு நான்இன், "இந்தக் கோப்பையைப் போல, நீயும் உன்னுடைய கருத்துக்களாலும், யூகங்களாலும் நிரப்பப்பட்டிருக்கிறாய். நீ முதலில் உன்னையே காலி செய்து கொள்ளா விட்டால், நான் எப்படி ஜென்னை உனக்குக் காண்பிக்க முடியும்?" என்று கேட்டார்.

**கருத்து**

'நீ முதலில் ஒரு வெற்று மூங்கிலாகு.

கடவுள் தன் தெய்விகக் கீதத்தை அதன் வழியாக இசைக் கட்டும். நீ எந்த அளவுக்கு உன்னைச் சாதாரணமாக எண்ணிக் கொள்கிறாயோ, அந்த அளவுக்கு நீ அசாதாரணமாக விளங்குவாய்.'

"BE ORDINARY, YOU WILL BE EXTRAORDINARY"

– ஓஷோ

## 62. ஒரு புத்தர்.

டோக்கியோவில் உள்ள மெய்ஜி (MEIJI) பகுதியில், இரண்டு மாறுபட்ட கொள்கைகளை உடைய, இரண்டு வித்தியாசமான, புகழ்பெற்ற மதபோதனையாளர்கள் இருந்தார்கள். சிங்கானில் (SHINGON) உள்ள உஸ்ஸோ (USHO) என்பவர், புத்தரின் ஒழுக்க நியதிகளை ஒழுங்காகக் கடைப்பிடிக்கவேண்டும் என்ற கொள்கையை உடையவர். அவர், ஒருபோதும் மது அருந்துவது இல்லை. காலை 11 மணிக்குமேல் உணவு உட்கொள்வது இல்லை.

தான்சான் (TANZAN) என்ற ஒரு ஜென் ஆசிரியர், இம்பீரியல் பல்கலைக்கழகத்தில் ஒரு பேராசிரியராக இருக்கிறார். அவர் ஒரு போதும் எந்த ஒழுக்க நியதியையும் கடைப்பிடிப்பது இல்லை. சாப்பிட வேண்டும் என்றால் உடனே சாப்பிட்டு விடுவார். பகலில் தூங்க வேண்டுமென்ற உணர்வு ஏற்பட்டால், உடனே தூங்கி விடுவார்.

ஒரு நாள் உஸ்ஸோ, தான் சானிடம் வந்தார். அப்பொழுது தான்சான், ஒயின் என்ற மதுவைக் குடித்துக் கொண்டி ருந்தார். புத்த மதத்தைப்பின் பற்றுபவர்களின் நாக்கில் ஒரு சொட்டு மதுகூடத் தொடக்கூடாது.

ஆனால் தான்சான், உஸ்ஸோவிடம் 'ஹலோ சகோதரரே, நீங்கள் கொஞ்சம் ஒயின் குடிக்கக் கூடாதா?' என்று அன்புடன் கேட்டார்.

உஸ்ஸோ, 'நான் ஒருபோதும் குடிப்பதில்லை' என்று நாகரிகமாக மறுத்துவிட்டார்.

'குடிக்காத மனிதன், மனித இனத்திலேயே சேர்த்தி இல்லை'.

'நான் குடிக்காத ஒரே காரணத்தால், நான் மனித இனத்திலேயே சேர்த்தி இல்லை என்று நீங்கள் கருதுகிறீர்களா, என்ன? சரி, அப்படி நான் மனித இனத்தில் சேர்த்தி இல்லை என்றால் பிறகு நான் யார்?'

'ஒரு புத்தர்'

### கருத்து

"ஒழுக்க நியதிகள் என்பது ஆரம்ப கால சீடர்களுக்கு அவசியம். ஞானிகளுக்கு அதுதேவை இல்லை. ஒழுக்கம் என்பது தானே நிகழுவது - தியானத் தன்மைக்குப் பிறகு. அப்பொழுது அவர் செய்வது அனைத்தும் ஒழுக்கம் சம்பந்தப்பட்டதுதான். பிறரால் திணிக்கப்பட்ட ஒழுக்க நியதிகளால் எந்தப் பிரயோஜனமும் இல்லை. அதுமிகவும் மேலோட்டமானது. அது ஒருவரை, சிறந்த நடிகராக்க மட்டுமே உதவும். ஆனால் இது ஆரம்பக் கட்டத்தில் சற்றுத் தேவைதான்."
– ஓஷோ

# 63. புத்தாத்தன்மைக்கு வெகு தூரத்தில் இல்லை

காசன் (KASAN) என்ற ஜென்குருவை, ஒரு பல்கலைக்கழக மாணவன் சந்தித்து, 'நீங்கள் கிறிஸ்துவர்களுடைய பைபிளைப் படித்திருக்கிறீர்களா?' என்று கேட்டான்.

"இல்லை, நீ கொஞ்சம் இப்பொழுது படித்துக்காட்டு" என்றார் காசன்.

அந்த மாணவன், பைபிளைத் திறந்து, செயின்ட் மாத்யூ (SAINT MATHEW) விடமிருந்து, ஒரு சிலவற்றைப் படித்துக் காண்பித்தான். அதாவது,

"அதோ அங்கு மலர்ந்திருக்கும் லில்லி மலர்களைப் பாருங்கள். எவ்வளவு செழித்து வளர்ந்திருக்கின்றன? எப்படி அவைகள் எந்தவிதக் கவலையும் இன்றி, புத்தம் புதிதாக ஆடி மகிழ்கின்றன? அவைகளுடைய அழகிற்கும், மகிழ்ச்சிக்கும், பகட்டான ஆடை அணிந்திருக்கும் சாலமன்கூட ஈடாக மாட்டான். ஆகவே, நாளையைப் பற்றிய கவலையை விடுங்கள். நாளை யின் தேவைக்கு ஏற்ப, உங்களுடைய நாளைய எண்ணங்களே கவனித்துக் கொள்ளும்'.

இதைக் கேட்ட காசன், 'இந்த வார்த்தைகளை யார் சொல்லியிருந்தாலும், அவர் ஒரு ஞானியாகத்தான் இருக்க வேண்டும்' என்றார்.

பிறகு அவன் மேலும் படிக்க ஆரம்பித்தான்.

'கேளுங்கள், கொடுக்கப்படும்
தேடுங்கள், கிடைக்கப்படும்
தட்டுங்கள், திறக்கப்படும்'.

காசன் இடைமறித்து, 'என்ன அபூர்வமான தீர்க்கதரிசனம். இதை யார் சொல்லி இருந்தாலும், அவர் புத்தாத்தன்மைக்கு வெகு தூரத்தில் இல்லை' என்றார்.

### கருத்து

*'நீங்கள் இந்த நாட்டுப் பிரதம மந்திரியாக வேண்டுமா, அல்லது ஜனாதி பதியாக வேண்டுமா? வெகு சுலபம். அப்படியே நீங்கள் இருப் பதாகத் தீவிர மாகக் கற்பனை பண்ணுங்கள். இந்த நம்பிக்கை யில் இந்த லட்சியத்தில் மிக ஆழமாக இருங்கள். ''தட்டுங்கள் திறக்கப்படும், கேளுங்கள் கொடுக்கப்படும்.'' தீவிரமாகவும், முழுமையாகவும், ஆழமாகவும், உறுதியாகவும் இருந்தால், ஒரு நாள் நீங்கள் அப்படியே ஆவீர்கள்.*

*உங்களுடைய எண்ணத்தின் வேர், மனத்திலிருந்து, உங்களுடைய உயிர்த்தன்மையில் ஆழமாக ஊடுருவ வேண்டும். அப்பொழுது, உங்களுடைய உயிர்த்தன்மை, அல்லது கடவுள் தன்மை, அதற்கு ஏற்ப சந்தர்ப்பங்களை கொண்டுவரும். ஆனால், முடிவில் அதை அடைந்தபிறகு, நீங்கள் இப்பொழுது உள்ளதுபோல விரக்தியில்தான் இருப்பீர்கள்! உங்களுடைய தேடுதல், கடவுள் தன்மையைத் தவிர, வேறு எதுவாக இருந்தாலும், அது விரக்தியைத்தான் கொடுக்கும். அது ஒருபோதும் நிறைவைக் கொடுக்காது. கணத்துக்குக் கணம் வாழ முயற்சி செய்யுங்கள். அதுதான் அழகும், உயிரோட்டமுள்ளதும் ஆகும். நாளையைப் பற்றியோ, நேற்றைப் பற்றியோ கவலைப்படாதீர்கள்.''*

**– ஓஷோ**

# 64. சுங்கேயின் கதை

மதிப்புமிகுந்த சூ (SUZU) என்று அழைக்கப்படும் சுங்கே(SHUNKAI) என்பவள், தன்னுடைய விருப்பத்துக்கு மாறாக, தன்னுடைய இளமைக்காலத்தில், திருமணம் செய்து கொள்ளவேண்டும் என்று வற்புறுத்தப்பட்டாள். திருமணத்துக்குப் பிறகு, அவள் ஒரு பல்கலைக்கழகத்தில் சேர்ந்து, தத்துவம் படித்தாள்.

அவளைப் பார்ப்பவர்கள் எவரும், அவள்மேல் அன்பு செலுத்தப் பிரியப்படுவார்கள். அல்லது காதல் வயப்படுவார்கள். அதைப்போல அவளும் பிறர்மேல் அன்பும், பிரியமும் உடையவளாக இருப்பாள். கல்லூரி வாழ்க்கையிலும், அதன்பிறகும், அன்பு அவள் கூடவே இருந்துவந்தது. அவளுக்குத் தத்துவப்படிப்பு அலுப்பைக் கொடுத்தது. அப்பொழுதெல்லாம் ஜென்னைப் பற்றித் தெரிந்துகொள்ள, பக்கத்தில் உள்ள ஒரு கோவிலுக்குச் சென்று வருவாள். அப்பொழுது ஜென் மாணவர்கள் எல்லாம் அவள்மேல் அன்பு பாராட்டுவார்கள். ஆக, சுங்கேயின் வாழ்க்கை முழுவதும், அன்பினால் நிரப்பப்பட்டாள்.

கடைசியில், கயோட்டோவில் (KYOTO) உள்ள அவள், ஒரு ஜென் மாணவியாகவே மாறிவிட்டாள். அவள் கென்னின்னில் (KENIN) உள்ள கோவிலில் படித்துக் கொண்டு இருக்கும் அவளுடைய சகோதரர்கள் அவளுக்கிருந்த ஜென் ஈடுபாட்டை மிகவும் புகழ்ந்தார்கள். அவர்களில் ஒருவன், ஜென்னில் மிகவும் தேர்ச்சி பெற்றவன். தன் சகோதரி, ஜென்னில் நன்றாகத் தேர்ச்சி பெற உதவினான்.

கென்னினில் உள்ள மோக்குராய் (MUKURAI) மற்றும் சைலன்ட் தண்டர் (SILENT THUNDER) என்ற புத்தக் கோவிலில் உள்ள மதகுருமார்கள், ஒழுக்க நியதிகளில் கொஞ்சம் கடுமையாகவே இருந்தார்கள். அவர்கள், தாங்கள் வகுத்த

ஒழுங்குமுறைகளை, மற்றவர்கள் தீர்க்கமாகக் கடைப்பிடிக்க வேண்டும் என்று மிகவும் எதிர்பார்த்தார்கள். நவீன ஜப்பானில், புத்திஸத்தில் ஆர்வம் உள்ள மதகுருமார்கள் மிகவும் குறைவாகவே இருந்தார்கள். பெரும்பாலான மதருகுமார்கள் திருமணம் செய்துகொண்டு, மனைவியின் மூலமாக அதிக பலன் கண்டவர்களாக இருந்தார்கள். ஆனால், மோக்குராயின் மதருகு திருமணமான தம்பதியரை, அவருடைய கோவிலில் கண்டுவிட்டால், ஆணைமட்டும் இருக்கச் சொல்லி, பெண்ணைக் கோவிலை விட்டு விரட்டிவிடுவார். ஆனால், எவ்வளவு தீவிரமாக அவர்களை வெளியே விரட்டி விடுகிறாரோ, அவ்வளவு தீவிரமாக, அவர்கள் மீண்டும் மீண்டும் அங்கே திரும்பி வந்த வண்ணமாகவே இருந்தார்கள்.

அங்கே தங்கியிருந்த ஜென் கோவிலில் உள்ள மதகுருவின் மனைவி, சுங்கேயின் அழகைக் கண்டும் மற்றும் அவளுடைய ஜென்னில் உள்ள ஆர்வத்தைக் கண்டும், மிகவும் பொறாமை கொண்டாள்; மற்றும் பிற ஜென் மாணவர்கள், அவளுடைய ஜென்னின் ஈடுபாட்டைப் புகழ்ந்து பேசுவதைக் கண்ட அவள் நிம்மதி இழந்தாள். ஆகவே, அவள் சுங்கேயைப் பற்றியும் அவளுடைய காதலைப்பற்றியும் அவதூறாகப் பொய் வதந்திகளைப் பரப்பிவந்தாள். இதன்பலனாக, ஒரு நாள் சுங்கே அந்தக் கோவிலிலிருந்து விலக்கப்பட்டாள்; அவளுடைய காதலனும் வெளியே தள்ளப்பட்டான்.

இதனால் வெகுண்ட சுங்கே, 'நான் வேண்டுமானால், காதலித்துக் குற்றம் செய்திருக்கலாம். ஆனால், என் நண்பனுக்குத் தண்டனை கொடுத்து, எந்தவித நியாயமும் இல்லாமல் அவனை வெளியே தள்ளிய அந்த மதகுருவின் மனைவி கோவிலுக்குள் இருக்கக்கூடாது' என்று கோபமாகக் கூறினாள்.

ஆகவே, அன்று இரவே அவள் மண்ணெண்ணையை அந்தக் கோவிலில் கொட்டி, அதைத் தீக்கு இரையாக்கி

விட்டாள். ஆக, அந்த 500 வருட பழமையான கோவில், ஒரே வினாடியில் எரிந்து சாம்பலாகிவிட்டது. காலையில், அவள் போலீஸின் லாக்கப்பில் தள்ளப்பட்டாள்.

ஒரு இளம் வக்கீல், அவளுடைய தண்டனையைக் குறைப்பதற்காகக் கோர்ட்டில் வாதாட முன்வந்தார். ஆனால், சுங்கே, 'எந்த முயற்சியும் வேண்டாம். அப்படி ஏதும் செய்தால், தான் அதுபோல மறுபடியும் ஏதாவது குற்றத்தைச் செய்து, மீண்டும் சிறையில் அடைக்கப்படுவேன். ஆகவே வேண்டாம்' என்று கூறித் தடுத்து விட்டாள்.

பின்பு, ஏழு வருட தண்டனை பெற்று, அவள் விடுதலை செய்யப்பட்டாள். அந்தச் சிறையிலும், 60 வயது நிரம்பிய சிறை வார்டனால், அவள் காதலிக்கப்பட்டாள். இது அவளுக்கு மிகுந்த வெறுப்பைக் கொடுத்தது.

இப்பொழுது அவளை எல்லோரும், 'ஜெயில் பறவை' என்று கிண்டல் செய்தார்கள். எவரும் அவளோடு பேசுவது இல்லை. இந்த உடல் இருக்கும்பொழுதே, ஞானம் அடைய முடியும் என்று கருதும் சிறந்த ஜென் துறவிகூட, அவளை ஒதுக்கி விட்டார்கள்.

அவள் ஒன்று நினைக்க, ஜென் குருமார்கள் வேறுவிதமாக நினைத்தார்கள். இதை அவள் மிகவும் தீர்க்கமாகவே உணர்ந்தாள். அவளுடைய உறவினர்களும் எதுவும் செய்ய முடியவில்லை. இதனால், அவள் மனம் உடைந்து பலகீனமாகி நோய்வாய்ப்பட்டாள்.

அன்பும், கருணையும் கொண்ட புத்தரைக் கற்பித்த ஒரு புத்தத் துறவியைச் சந்தித்து ஆறுதல் பெற்றாள். முடிவில் ஒருநாள் அவள் இறந்துவிட்டாள். அப்பொழுது அவளுக்கு வயது 30 தான். இப்பொழுதும் அவள் அழகோடு தான் இருந்தாள்.

கடைசிக்காலத்தில், அவள் தன்னுடைய கதையை எழுதினாள். என்ன பிரயோஜனம்? இதை ஒரு எழுத்தாளர்

கோர்வையாக எழுதி, ஜப்பானிய மக்களிடம் வந்து அடைந்தது. அன்று வெறுத்து ஒதுக்கிய மக்கள், இன்று அவளுடைய கதையைக் கண்ணீர் மல்க, ஆர்வத்துடன் போற்றிப் படித்துக்கொண்டு இருக்கிறார்கள்.

இந்த உலகத்து எண்ணக் குவியல்களை அகற்றும் முயற்சியில், அந்த ஆன்மிகச் சூழலில், பெண் என்பவள், நிச்சயமாக, ஒரு தடங்கலாகவே இருப்பாள். பெண் இன்பத்தைத் துறப்பது அவ்வளவு சுலபமல்ல.

### கருத்து

'பாலுணர்வு சக்தியை, மேலான ஆத்மிகச் சக்தியாக மாற்றும் முயற்சியில் ஈடுபட்டிருக்கும் ஒரு ஆன்மிகச் சூழலில், ஒரு பிரம்மச்சரியக்கூட்டத்தில், பெண் என்பவள் நிச்சயமாக ஒரு சலனத்தை ஏற்படுத்துவாள். அவள் ஒரு தடங்கல்தான். ஆகவேதான், புத்தமதம் 500 வருடங்களுக்கு மேல் உயிர் வாழவில்லை. இதை புத்தர் தெரிந்தேதான் செய்தார். அவருக்கு அடுத்து, இப்பொழுது நானும் அதே தவறைச் செய்திருக்கிறேன். ஆனால், புத்தரின் மடாலயத்தில் ஏகப்பட்ட கட்டுப்பாடுகள், ஒழுக்க நியதிகள். ஆனால், என்னுடைய ஆஸ்ரமத்தில், தியானத்தையும், பிரக்ஞைத் தன்மையையும் முன் நிறுத்தியிருக்கிறேன். இதனால் ஏற்படும் ஒழுக்கம், சுயக்கட்டுப்பாடுடன் இயங்கும். நான் எந்த ஒழுக்கநியதியையும் போதிக்கவில்லை. ஏனெனில் அது முட்டாள் தன்மையானது. இந்த நவீன காலத்துக்கு இந்த அடக்குமுறை பொருந்தாது. ஆனால், பெண்களின் கூடவே பிறந்தது பொறாமையும், பாலியல் கவர்ச்சியும். இதைத்தடுக்கவே முடியாது. இதனால் என் ஆஸ்ரமத்துக்குப் பல இடைஞ்சல்கள் வரலாம்'.

– ஓஷோ

## 65. ஒரு உண்மையான வழி

நினாக்கவா (NINAKAWA) என்ற ஜென் ஞானி தன் இறப்பின் இறுதிக்கட்டத்தில் இருக்கும் பொழுது, இக்கூ (IKKYU) என்ற இன்னொரு ஜென் மாஸ்டர் அவரிடம் வந்து, "நான் ஏதாவது உங்களுக்கு உதவ முடியுமா?" என்று அன்புடன் கேட்டார்.

அதற்கு நினாக்கவா, 'நான் இங்குத் தனியே வந்தேன். இப்பொழுது தனியே போகிறேன். நீங்கள் இப்பொழுது எந்த விதத்தில் எனக்கு உதவக்கூடும்?' என்றார்.

இக்கூ, 'நீங்கள் வந்தேன், போகிறேன் என்று உண்மையாகக் கருதினால், நீங்கள் உலக மயக்கத்தில் தான் இருக்கிறீர்கள் என்று அர்த்தம். வருவது, போவது என்று எதுவுமில்லாத ஒரு உண்மையான பாதையை நான் உங்களுக்குக் காட்ட, என்னை அனுமதிக்கவும்' என்றார்.

இப்படிக் கூறியபடி, இக்கூ காட்டிய அந்த உண்மையான வழியில், நினாக்கவா புன்முறுவலுடன் இறுதியாகச் சென்றார்.

### கருத்து

இக்கூ காட்டிய அந்த உண்மையான வழி பிறப் பிறப்பற்ற வழி அல்லது பாதை. அந்தக் கடைசித் தருணத்தில், இறப்பை முழுமையாக இயல்பாக ஏற்றுக் கொண்டால், அதுவே முக்தியின் வழியாகும்.

'ஒருவன் வாழுவது எப்படி என்று புரிந்து கொண்டால், இறப்பது எப்படி என்று புரிந்து கொள்ள முடியும். வாழ்வை, கணத்துக்குக் கணம், விழிப்புணர்வோடு முழுப் பிரக்ஞைத்தன்மையில் வாழக் கற்றுக் கொண்டால், இறப்பிலும், தவறாமல் கணத்துக்குக்

கணம் வாழமுடியும். அப்பொழுது இறப்பைப் புன்முறுவலோடு சந்திப்பீர்கள். இறப்பு என்பது வாழ்வின் உச்ச இன்பம் தான் (ORGASM). எப்படிப் பெரும்பாலான பெண்கள் தம் பாலியல் உச்ச இன்பத்தைக் கண்டு பயப்படுகிறார்களோ. அதைப் போலத்தான் மக்கள் எல்லோரும் இறப்பைக் கண்டும் பயப்படுகிறார்கள். ஏனென்றால், எப்படி உடலுறவு உச்ச இன்பத்தில், மனம் இல்லையோ, அதைப் போலத்தான் இறக்கும் நேரத்திலும் மனம் அகன்றுவிடுகிறது. மனமற்ற வெறும் உயிர் உணர்வுநிலை பேரானந்தமய மானது. ஆனால், மரணபயத்தில் இதை எல்லோ ரும் உணருவது இல்லை - நான்கினைத் தவிர. ஒன்றை நன்றாகப் புரிந்து கொள்ளுங்கள். நீங்கள் இங்குப் பிறக்கும்பொழுதே, உங்கள் பிறப்போடு கூட உங்கள் இறப்பும் பிறந்துவிடுகிறது'

– ஓஷோ

# 66. அரசனின் குழந்தைகள்

யமோரா தெஸ்ஸோ (YAMORA TESSHO) என்ற ஜென் ஆசிரியர், அந்த நாட்டு அரசனுக்கும் ஆசிரியராக இருந்தார். அவர் சகல விதத்திலும் ஒரு ஜென் மாஸ்டர்தான். அவருடைய வீடு ஒரு சத்திரம் போலத்தான் இருக்கும். அது ஒரு ஏழை எளியர்களின் கூடாரம். ஆகவே, அவர் எப்பொழுதும் ஏழ்மை நிலையிலேயே இருந்தார். அவரிடம் ஒரு உடுப்புக்கு மாற்று உடுப்பு கூட இல்லை.

இவருடைய ஏழ்மையான ஆடையைக் கண்ட அந்த அரசன், அவருக்குக் கொஞ்சம் பணம் கொடுத்து. புதிய ஆடைகளை வாங்கிக் கொள்ளும்படி கூறினான். ஆனால், அடுத்த தடவை, யமோக்கா, அரசனிடம் வரும் பொழுது. தமது பழைய ஆடையைத்தான் உடுத்தி வந்தார். இதைப் பார்த்த அரசன், ''புது ஆடை என்னவாயிற்று?'' என்று கேட்டான்.

யகோக்கா '' உங்கள் குழந்தைகளுக்கு, நான் புதிய ஆடைகளை வாங்கிக் கொடுத்து விட்டேன், அரசே'' என்றார்.

## கருத்து

ஒரு எளிய மனம் பிறர் மகிழ்ச்சியிலே யேதான் குறியாக இருக்கும். அது ஒருக்காலும் தன்னைப் பற்றிச் சிந்திக்காது. 'ஒரு குடும்பம் மிகவும் ஏழ்மையிலும் இருக்கக் கூடாது, மிகுந்த செல்வத்திலும் இருக்கக் கூடாது. இந்த இரண்டுக்கும் இடைப்பட்ட நடுத்தர வர்க்கத்தினரால்தான் இந்த உலகம் இயங்குகிறது. அவர்கள்தான் சாதனை படைக்கிறார்கள். புதுமைகளைக் கண்டறிகிறார்கள்.

மிகக் கீழான நிலையிலும் (வறுமை), மிக மேலான நிலையிலும் மிகவும் அபூர்வமாகத்தான் சாதனை யாளர்கள் தோன்றுவார்கள். கீழான நிலையில், ஒருவனது ஊக்கம், பலவகையில் தடைப்படுகிறது. மேலான நிலையிலேயோ, ஊக்கமே கிடையாது.

ஆகவேதான், 'அளவான வறுமை ஆண்டவனின் ஆசீர்வாதம்' என்று கூறப்படுகிறது.'

– ஓஷோ

## 67. பத்து ஞானிகள்

தாங்கள், தங்களுடைய ஆசிரியரால், கொல்லப்படு வதானாலும் கூட, தாங்கள் ஜென்னைப் படிக்கவே மிகவும் ஆர்வம் கொண்டிருப்பதாக, பொதுவாக ஜென் மாணவர்கள் உறுதிமொழி எடுத்துக் கொள்ளுவார்கள். அதன் காரணமாக, அவர்கள் தங்கள் கையில் உள்ள ஒரு விரலை வெட்டி, வரும் இரத்தத்திலும் அந்தச் சத்தியத்தை உறுதி செய்வார்கள். ஆனால்.இந்த ஆத்மார்த்தமான வழக்கம்,காலப்போக்கில் வெறும் சடங்காகி விட்டது. இந்தக் காரணத்தால், எக்கிடோ (EKIDO) என்ற கடுமையான ஜென் மாஸ்டரினால் தவறுதலாக இறக்க நேரிட்ட மாணாக்கர்கள், மதத்திற்காக உயிர் நீத்த தியாகிகள் என்று மரியாதையாக அழைக்கப்பட்டனர். பொதுவாக எக்கிடோவைக் கண்டால், மாணவர் களுக்கெல்லாம் மிகுந்த பயம்தான்.

ஒரு சமயம், நாளின் ஒரு குறிப்பிட்ட நேரத்தை வெளிப்படுத்துவதற்காக, இருந்த மாணாக்கர்களில் ஒருவன், ஒரு பெரிய மணியை அடித்து ஓசையை எழுப்பும் பொழுது, கோவில் வாசலில் கடந்து சென்ற ஒரு அழகிய பெண்ணை ஆசையுடன் அவன் பார்த்த காரணத்தால்,அந்த ஒழுங்கான மணி அடித்தல் தவறிவிட்டது. அந்தச் சமயத்தில், அந்த மாணவனுக்குப் பின்னால் நின்று கொண்டு இருந்த எக்கிடோ,ஒரு தடியால் அவனுடைய தலையில்தட்ட, அவன் மரணமடைய நேர்ந்தது. இதைக் கேள்விப்பட்ட, அந்த மாணவனின் பாதுகாவலர் நேராக எக்கிடோவிடம் சென்று, நியாயம் கேட்க வந்தார். ஆனால், அவர் மேல் கோபப்படுவதற்குப் பதிலாக, அவர் ஒரு கடுமையான ஆசிரியராக இருப்பதைப் புகழ்ந்தார்.

எக்கிடோவும், அந்த மாணவன் உயிரோடு இருப்பது போலவே கருதிக் கொண்டு, மிகவும் சாதாரணமாக இருந்தார்.

அந்த மாணவன் இறந்தது குறித்து அவர் எந்தக் குற்ற உணர்வும் கொள்ளவில்லை.

அதன் பிறகு, அவர் தன்னுடைய போதனையால், பத்து ஞானிகளை அடுத்தடுத்து உண்டாக்கினார். இது மிகவும் அபூர்வம். இதற்கு முக்கியக் காரணம் அவருடைய நெறியான கண்டிப்புத்தான்.

ஆத்மிகத்தில் முன்னேறுபவனுக்குக் கவனச் சிதைவு ஆபத்தானது. அதனால் அவன் எதையுமே அடைய முடியாது.

காமம் கடவுளைவிடப் பெரியதுதான்!

### கருத்து

'என்னை நெருங்கி வராதீர்கள். நான் ஒரு அழிப்பவன் (DESTROYER). ஆமாம் உங்களுடைய சகல குப்பைக் கூளங்களை, உங்கள் மனதிலிருந்து அழிப்பவன்; ஒரு சுத்தம் செய்பவன். என்னிடம் வரும் பெரும்பாலோர், கனத்த தலையுடன் தான் வருகிறார்கள். நான் அவைகளை சுத்தம் செய்து, நான் அங்கு இடம் பிடிக்க குறைந்தது மூன்று மாதமாவது ஆகிறது. இந்த வகையில், ஒரு பள்ளி மாணவனிடம் அல்லது ஒரு படிக்காதவனிடம் மிக எளிமையாக நான் உள்ளே சென்றுவிடுவேன். ஆனால், வயது முதிர்ந்த படித்த பண்டிதர்களைச் சுத்தம் செய்வது அவ்வளவு லேசான காரியம் இல்லை.'

– ஓஷோ

## 68. ஒரு சீனத்துக் கவிதையை எப்படி எழுதுவது?

ஒரு புகழ்பெற்ற ஜப்பானியக் கவிஞனிடம், ஒரு சீனத்துக் கவிதையை எப்படி எழுதுவது என்று கேட்கப்பட்டது.

அதற்கு அவர், "ஒரு வழக்கமான சீனத்துக் கவிதை நான்கு வரிகள் அடங்கியது. அதில் முதல் வரி, ஆரம்பக்கருத்தைச் சொல்லுவது. இரண்டாவது வரி, அந்தக் கருத்தைச் சற்று விரிவாக்குவது. மூன்றாவது வரி, வேறு ஒன்றை எடுத்துச் சொல்வது. கடைசி நான்காவது வரி, முதல் மூன்று வரிகளையும் ஒன்றிணைப்பது. இப்பொழுது விளக்குகிறேன்" என்று சொல்லி, கீழ்க்கண்ட கவிதையைப் பாடிக்காட்டினார். கெயொட்டில் வாழ்ந்த ஒரு வியாபாரிக்கு இரு மகள்கள். மூத்தவளுக்கு இருபது வயது இளையவள் இரண்டு குறைய இருபது, ஒரு வீரனுடைய வாள் எதிரியைக் கொல்லும். ஆனால், இந்தப் பெண்களின் கண்களோ அந்த வீரனையே கொல்லும்! இதுதான் அந்தப் பாடலின் சாராம்சம்.

"பாலுணர்வு மிக்க ஒரு இளம் பெண்ணின் கண்கள், கூரிய ஆயுதம் போலச் செயல்படும். அதை நேராகப் பார்க்கும் எந்த இளைஞனும், சற்று நிலை தடுமாறவே செய்வான். பெண்களுக்கு வாய், கண்கள்தான் உள்ளது!"

### கருத்து

'பாலுணர்வு மிக்க ஒரு இளைஞன், பெண்களின் கண்களுக்கு மிகச் சுலபமாக இரையாகிவிடுவான். ஏனெனில், நம்முடைய ஐம்புலன்களிலேயே, கண்தான் நம்

உள்ளத்தின் கண்ணாடி. வாய் பேசுவதைக் காட்டிலும், பெண்களின் கண்கள் பலமடங்கு பேசும். ஆகவேதான், மதசம்மந்தமான மடாலயம் போன்ற வற்றில், பெண்களைச் சேர்ப்பது இல்லை. ஏனெனில், அவர்கள் மேலேயே அவர்களுக்கு நம்பிக்கை இருப்பது இல்லை.'

– **ஓஷோ**

# 69. கடைசிக் குட்டு

தன்னுடைய சிறுவயது முதற்கொண்டு, தாங்கென் (TANGEN), ஜென் மாஸ்டர் செங்கையிடம் (SENGAI) படித்துவந்தார். ஆனால்,அவருக்கு இருபது வயதாக இருக்கும் பொழுது, அவர் அந்த மாஸ்டரிடமிருந்து விடுபட்டு, பலவற்றைக் கற்பதற்காக, மற்ற ஆசிரியர்களிடம் சென்று கற்க விரும்பினார். ஆனால்,செங்கை அதற்கு உடன்படவில்லை. ஒவ்வொரு சமயமும்,செங்கை அவரிடம் உத்திரவு கேட்கும்பொழுது எல்லாம்,செங்கை அவர் தலைமேல் குட்டு வைப்பது வழக்கம்!

முடிவில்,தாங்கென்,தனக்கு தன் ஆசிரியரிடமிருந்து உத்திரவு வாங்கிக் கொடுக்கும்படி,தன் அண்ணனிடம் கேட்டுக் கொண்டார். அவரும் சென்று,ஆசிரியரிடம் உத்திரவு வாங்கி வந்துவிட்டார். தாங்கென்னுக்கு மிக்க மகிழ்ச்சி. அவர் உடனே கிளம்பத் தயாரானார். பிறகு,புறப்படுவதற்கு முன்பு, தன் ஆசிரியரிடம் விடை பெறுவதற்காகச் சென்றார். செங்கை எப்பொழுதும் போல், அவர் தலைமேல் ஒரு குட்டு வைத்தார்.

இதைத் தன்னுடைய அண்ணனிடம் சொல்லி முறையிட அவரும் மாஸ்டரிடம் சென்று, ‘என்ன விஷயம்? நீங்கள் ஏற்கனவே, தாங்கென்னுக்கு

உத்திரவு கொடுத்துவிட்டீர்களே. இப்பொழுது ஏன் உங்கள் மனதை மாற்றிக் கொண்டீர்கள்?' என்று கேட்டார்.

அதற்கு செங்கை, 'நான் என்னுடைய முடிவை மாற்றிக் கொள்ளவில்லை. கடைசியாக, அவனுடைய தலையில் ஒரு குட்டு வைக்க வேண்டும் என்று எண்ணினேன். அவ்வளவுதான் ஏனெனில்,அவன் திரும்பி வரும்பொழுது, ஒரு ஞானியாகத்தான் வருவான். அப்பொழுது,அவன் தலையில் என்னால் குட்டு வைக்க முடியாது! வேறு ஒன்றும் இல்லை' என்றார்.

## கருத்து

*'பெரும்பாலும்,ஞானிகள் விளையாட்டுத்தனம் மிக்கவர்கள். ஏனெனில், அவர்கள் அந்த மேலான நிலையை அடைந்த பிறகு,இந்த உலக வாழ்க்கை ஒரு விளையாட்டுப் போலவே அவர்களுக்குக் காணப்படும். மக்கள் மாயையில், பற்றுக்கொண்டு அழுவதும், சிரிப்பதும் அடம்பிடிப்பதும், சண்டை போட்டுக் கொள்வதும், பொறாமைப்படுவதும், விளையாட்டுச்சாமான்களை வைத்து விளையாடும் சிறுவர்கள் போலவே, அவர்களுக்குத் தோன்றும். பொதுவாக, மனிதன் பன்னிரண்டு வயதுக்கு மேல் வளருவதே இல்லை. இதையெல்லாம் நோக்க, ஞானிகளுக்கு சிரிப்புத்தான் வரும். அவர்கள் மீண்டும் ஒரு குழந்தையைப் போல நடந்து கொள்ளவே விரும்பிடுவார்கள். இதனால்தான் ஜீசஸ், சூயார் ஒருவன், குழந்தையைப்போல (மீண்டும்) ஆகின்றானோ, அவனே கடவுளின் சாம்ராஜ்யத்திற்குள் செல்லத் தகுதியானவன்' என்று கூறினார்.*

*இங்கு 'போல' என்ற வார்த்தை மிகவும் அர்த்த முடையது''*

***—ஓஷோ***

## 70. அடுப்பு ஊதும் குழல், ஜென்

ஹாக்கின் (HAKIN) என்ற ஜென் ஆசிரியர், ஒரு டீக்கடை வைத்திருக்கும் ஒரு வயதான பெண்மணியைப் பற்றியும், அவள் ஜென்னைப் புரிந்து கொண்டிருப்பதைப் பற்றியும், தன் மாணாக்கர்களிடம் வெகுவாகப் புகழ்ந்து சொல்வார். ஆனால், அந்த மாணவர்கள் அதை நம்ப மறுப்பார்கள். எதற்கும் அந்த டீக்கடைக்குச் சென்று நேரிலேயே பார்த்துவிடலாம் என்று அங்குச் செல்வார்கள்.

இப்படி மாணாக்கர்கள் தன்னிடம் வருவதைப் பார்க்கும் அந்த வயதான பெண்மணி, அவர்கள் டீக் குடிக்க வருகிறார்களா அல்லது தன்னுடைய ஜென் புரிந்து கொள்ளுதலைப் பரிசீலிக்க வருகிறார்களா என்று உடனே புரிந்துகொள்வாள். அவர்கள் டீக் குடிக்க வந்தார்கள் என்றால், கடையின் முன்பக்கம் அவர்களை உட்காரவைத்து, அன்புடன் டீயைக் கொடுப்பாள். மாறாக, அவர்கள் தன்னுடைய ஜென்னைப்பற்றிக் கேட்க வந்தார்கள் என்றால், அவர் களை உள்ளே அழைத்து, அவர் கள் நுழையும் பொழுதே, அடுப் பூதும்குழலைக் கொண்டு அவர்கள் தலைமேல் மெல்ல அடிப்பாள்.

பத்து பேர்கள் உள்ளே நுழைந்தால், அதில் ஒன்பது பேராவது இப்படி அடி வாங்குவது வழக்கம்.

பெரும்பாலோர்க்கு விழிப்புணர்வே இல்லை என்பதை, இந்தக் கதை காட்டுகிறது.

### கருத்து

தாங்கள் ஒன்று செய்ய, தங்கள் மனம் வேறு ஒன்றிலேதான் லயித்து இருக்கும். ஜென் விழிப் புணர்வையும், முழுமையாக வாழுவதையுமே மிகவும்

வலியுறுத்துகிறது. அப்படி இயந்திரத்தனமாக நடந்து கொள்பவர்களிடம், ஒரு அதிர்ச்சியை ஏற்படுத்து வதற்கே, இப்படி எதிர்பாராமல், ஜென் ஆசிரியர்கள் ஏதாவது செய்வார்கள். அந்த அதிர்ச்சியில், ஒரு சிலருக்கு, ஞானத்தன்மைகூடக் கிட்டும்.

'நீங்கள் நடக்கும்பொழுது, திடீரென்று சற்று நில்லுங்கள். மனம் எப்பொழுதும் இயந்திரத்தனமானது. நீங்கள் நடந்துகொண்டிருக்கும் பொழுதே, அது எப்பொழுதும் போல வேறு ஒன்றையே நினைத்துக் கொண்டிருக்கும். அதற்கு விழிப்புணர்வு ஏற்படுத்த, சற்று நீங்களாக நில்லுங்கள். பிறகு நடங்கள். தியானம் செய்வது எப்பொழுது இயந்திரத்தனமாக ஆகிறதோ அதாவது செய்வது ஒன்று, நினைப்பது வேறு ஒன்று, அப்பொழுதே அதை நிறுத்தி விட்டு, வேறு ஒன்றைத் தேர்ந்து எடுத்துக் கொள்ளுங்கள். மனம் எப்பொழுதும் நிகழ் காலத்தில் இருக்கப் பயிற்சி அளியுங்கள். இதுவே ஜென்னின் சாராம்சம்'.
– ஓஷோ

# 71. கதை சொல்பவரது ஜென்

என்கோ (ENCHO) என்பவர் ஒரு புகழ்பெற்ற கதை சொல்பவர். அவர், காதலைப்பற்றிக் கதை சொன்னால், அது கேட்பரது மனதை நெகிழச் செய்யும். ஒரு யுத்தத்தைப் பற்றிக் கதை சொன்னால் அதைக் கேட்பவர், தானே அந்த யுத்தத்தில் பங்கு எடுத்துக்கொள்வதாக நினைப்பார்.

ஒருநாள் என்கோ, யமோக்கா தெஸ்சூ (YAMAOKA TESSHU) என்ற ஒரு ஜென் மாஸ்டரைச் சந்தித்தார். அவர் ஒரு சாதாரண மனிதனாக இருந்து ஜென்னில் மாஸ்டரானவர். யமோக்கா, என்கோவிடம், 'நம்முடைய ஊரில், நீங்கள்தான் ஒரு சிறந்த கதை சொல்லுபவர் என்று நான் கேள்விப்பட்டேன். நீங்கள் உங்கள் கதை சொல்லும் சாமர்த்தியத்தால், ஒருவரை அழவும் செய்வீர்கள். சிரிக்கவும் செய்வீர்கள்; இப்படி எல்லோரும் சொல்கிறார்கள்' என்றார். மேலும் அவர், ''நீங்கள், எனக்குப் பிடித்தமான ''பீச் பாய்'' (BEACH BOY) என்ற கதையை எனக்குச் சொல்ல வேண்டும். நான் சிறிய பையனாக இருக்கும்பொழுது, என் தாயாரின் அருகில் படுத்துத் தூங்குவேன். அப்பொழுது அவள் பல புராணக்கதைகளை எனக்குச் சொல்லுவாள். அவள் அப்படிச் சொல்லிக்கொண்டிருக்கும்பொழுதே, நான் தூங்கி விடுவேன். அதைப்போல நீங்கள் பீச் பாய் கதையை எனக்கு நேர்த்தியாகச் சொல்லவும்' என்றார்.

என்கோவுக்கு இப்படி ஒரு காரியத்தைச் செய்ய தைரியம் இல்லை. ஏனெனில், யமோக்கா ஒரு மிகச்சிறந்த ஜென் மாஸ்டர். மேலும் அவர் சிறந்த யதார்த்தவாதி. ''தான் அதைப் படிக்க வேண்டும்; படித்த பிறகு, அவரிடம் கதை சொல்வதாகப்'' பணிவோடு வேண்டினார். பல மாதங்கள் சென்ற பிறகு, இவர்

மீண்டும் யமோக்காவிடம் வந்து, 'அந்தக் கதையைச் சொல்ல எனக்கு அனுமதி அளியுங்கள்' என்று கேட்டார்.

'இன்னொரு நாள் பார்க்கலாம்' என்றார் யமோக்கா. இது என்கோவுக்கு வருத்தத்தை ஏற்படுத்தியது. அவர் திரும்பிச் சென்று, அந்தக் கதையை மேலும் படித்து, யமோக்காவிடம் திரும்பிவந்தார். ஆனால், யமோக்கா அவரைப் பலமுறை கதை சொல்ல விடாமலேயே திருப்பி அனுப்பிக் கொண்டிருந்தார். என்கோ கதை சொல்ல ஆரம்பித்த சற்று நேரத்திற்குள், "நீங்கள் என் தாயாரைப் போலச் சொல்லவில்லை" என்று கூறி மறுத்துவிடுவார்.

இப்படி, யமோக்காவின் தாயாரைப் போல, கதை சொல்ல என்கோவுக்கு, ஐந்து வருடகாலம் ஆகியது. இப்படியாக, யமோக்கா, ஜென்னை என்கோவிடம் புகுத்தினார்.

### கருத்து

என்கோவிடம் ஆரம்ப காலத்தில், அந்தக் கதை அவருடைய உயிர்த்தன்மையில் கலக்கவில்லை. மனத்தளவிலேயே நின்றுவிட்டது. மேலும், தான் கதை சொல்கிறோம் என்ற உணர்வு அவருக்கு இருந்து கொண்டே இருந்தது. அவர் அந்தக் கதையாகவே மாறவில்லை. அதற்கு என்கோவுக்கு ஐந்து வருட காலம் பிடித்தது. ஜென் என்பது செயலோடு மனம் கரைவது ஆகும்.

"ஜென்னை, நான்தான் முதலில் இந்தியாவுக்கு அறிமுகப்படுத்தினேன். இன்று, அது இந்தியாவில், நகமும் சதையும் போல, படித்தவர்களிடையே பரவிக் கொண்டு இருக்கிறது. ஜென்னைப் புரிந்துகொண்டவன், எந்த மதத்திலும் சேரமாட்டான். ஜென் என்பது ஒரு

எளிமையான, சடங்குகளற்ற தியான முறைதான். ஒருவன், தன் அன்றாட வாழ்வில் தியானத்தில் ஈடுபட வேண்டும் - அதாவது, காலைக்கடன் செய்வது போல, உணவு உட்கொள்ளுவது போல காலையில் குளித்து முடித்த பிறகு, வீட்டு பூஜை அறைக்குள் சற்று அமைதியாக உட்கார்ந்து, ஒரு 5-10 நிமிடம், தன் எண்ண ஓட்டங்களை வெறுமனே பார்த்தால் போதும். இது அவனை நாள் முழுவதும் காப்பாற்றும். இதையே, ஒருவன் கடவுள் வழிபாடாகக் கருத வேண்டும். வேறு பூஜை, மந்திரம் சடங்கு என்று எதுவும் வேண்டாம்.''

– ஓஷோ

## 72. இறந்துகொண்டு இருக்கும் மனிதனுக்கு, ஒரு கடிதம்

மரணப்படுக்கையில் இருக்கும், தன் சீடர்களில் ஒருவனுக்கு, பாஸிவி (BASSVI) என்ற ஜென் ஆசிரியர், கீழ்க்கண்ட கடிதத்தை எழுதினார்.

"மனதின் முக்கிய ஆதாரம் ஒருபோதும் பிறப்பதில்லை. ஆகவே, அதற்கு மரணமும் இல்லை. அது அழியக்கூடியதும் அல்ல, மற்றும் ஒன்றும் அற்ற வெறுமையும் அல்ல. அதற்கு வர்ணமோ, உருவமோ இல்லை. அது இன்பத்தை அனுபவிப்பதும் இல்லை; துன்பத்தில் துவளுவதும் இல்லை.

நீ, இப்பொழுது உடல்நிலை சரியில்லாமல் இருக்கிறாய் என்பது எனக்குத் தெரியும். ஒரு ஜென் மாணவனாக, நீ, உன் உடல் நிலையைத் தைரியமாக எதிர் கொள்கிறாய். ஆனால், யார் உன்னிடம் துன்பம் கொள்கிறார் என்று உனக்குத் தெரியாமல் இருக்கலாம். ஆகவே, இந்தக் கேள்வியை எப்பொழுதும் கேட்டவாறு இருக்கவும். அதாவது,

"மனதின் அடிப்படை ஆதாரம் என்ன? என்பதுதான். இதை மட்டும் இப்பொழுது எண்ணியவாறு இருக்கவும். இதைத்தவிர, உனக்கு வேறு எதுவும் இப்பொழுது தேவை இல்லை. முடிவில்லாத ஒன்றுக்கு, இப்பொழுது உன் உடலால் ஒரு முடிவுக்கு வருவதுபோல தோற்றம் அளிக்கிறது. இது எப்படி இருக்கிறது என்றால், ஒரு சுத்தநீரில் போடப்பட்ட பனிக்கட்டி உருகி, நீருடன் ஒன்றுக் கலப்பதுபோல உள்ளது."

### கருத்து

'மனிதனுக்கு உள்ள பயங்களிலேயே, மிகவும் சக்தி வாய்ந்த பயம், மரணபயம்தான். இந்தப் பயம், உங்கள்

உடலோடு பிறந்தது மற்றும் உடலோடு கலந்து நிற்பது. ஏனெனில், இறப்பு என்பது உங்கள் உடலுக்குத்தானே தவிர, உயிருக்கு அல்ல. உங்கள் உடலுக்கும், உயிருக்கும் பிறந்ததுதான் மனம் - அதாவது உடல் என்ற தாய்க்கும், உயிர் என்ற தகப்பனுக்கும். எவைகளுக்கெல்லாம் பிறப்பு என்று ஒன்று இருந்தால், இறப்பு என்று ஒன்றும் அவைகளுக்குக் கண்டிப்பாக இருந்தேதீர வேண்டும். ஆகவே, உங்கள் மனதுக்கும் இறப்பு உண்டு. ஆனால், நிறைவேறாத ஆசை கொண்ட மனம், உடல் இறக்கும்பொழுது, தன் தந்தையான உயிரோடு கலந்து சென்று 'ஆத்மா' வாகிறது. இந்தக் கலப்பட உயிர்த்தன்மைக்கு மறுபிறப்பு என்பது உண்டு. ஆசைகளற்ற மனம், சுத்த உயிர்த்தன்மையாகி, எப்படிப் பனிக்கட்டி உருகி, நீருடன் கலந்துவிடுகிறதோ, அதைப்போல உடலால் கட்டுண்ட உங்கள் உயிர்த்தன்மை, எண்ணக் கலப்பற்று உடலிலிருந்து விடுதலை அடையும் பொழுது, அந்தப் பிரபஞ்சப் பேரியக்க மகாசக்தியோடு ஒன்று கலந்துவிடுகிறது.

ஆகவே, அழியும் பொருளாகிய உடல் மற்றும் மனதுக்கு (எண்ணம்) ஆதாரமான உயிர்த்தன்மைதான் உடல் புலன்களின் வழியாகப் பலவித இன்ப, துன்ப அனுபவங்களை உண்டுபண்ணுகிறது. வெறும் உயிர்த்தன்மைக்கு, எந்தத் தனிப்பட்ட அனுபவம் என்று எதுவும் இல்லை. அந்த உயிரே, அனுபவமாகவும் இருக்கிறது. ஆனால் அதை வெளியிட, புலன்கள் தேவையாக இருக்கிறது. இதை ஆழ்ந்து புரிந்து கொள்ளுங்கள்''

– ஓஷோ

## 73. ஜோசுவின் நாய்

சீனத்து ஜென் மாஸ்டர், ஜோசுவிடம் (JOSHU) ஒரு துறவி, "ஒரு நாய்க்கு புத்தத்தன்மை உண்டா? என்று கேள்வி கேட்டார்.

அதற்கு ஜோசு, "கிடையாது" என்றார்.

### கருத்து

பொதுவாகப் புத்தத்தன்மை என்பது விஷய ஞான எண்ணங்களைச் சேகரித்து, பிற்பாடு அந்தச் சேகரிக்கப்பட்ட மனதை, வெறுமையாக்குவதன் மூலம் பெறப்படுவது. அதாவது ஒருவர், மீண்டும் குழந்தையைப் போல, சகல அதிகாரங்களையும் ஆணவத்தையும் துறந்து, கள்ளம்கபடமற்று வெகுளித்தன்மையில் இறப்பது. விலங்குகளுக்கு மனம் இல்லை. ஆகவே, எண்ணங்களைச் சேகரிப்பது என்பதோ துறப்பது என்பதோ அவைகளுக்குக் கிடையாது. அதனால்தான் அவைகளுக்குப் புத்தத்தன்மை கிடையாது. என்று ஜோசு கூறினார்.

'நான், மனிதனைத்தவிர, மற்ற அனைத்தும் ஞானம் பெற்றிருக்கின்றன என்று ஒரு சமயம் கூறினேன். ஏனென்றால், எந்த மனம் இந்த உலக வாழ்க்கைக்கு அவசியமாக இருக்கிறதோ, அதே மனம்தான் அந்த உலகத்தை அடைய தடங்கலாக இருக்கிறது என்பதைச் சுட்டிக்காட்டத்தான் அப்படிக் கூறினேன். இன்னொரு கோணத்தில் பார்த்தால், உயிரற்ற மற்றும் உயிரோடு உள்ள அனைத்திலும் கடவுள் தன்மை அல்லது புத்தத்தன்மை இயங்கிக் கொண்டுதான் இருக்கிறது. ஒரு பாறையில் புத்தா சக்தி கட்டுப்பட்டு இருக்கிறது. ஒரு மரத்தில் அது அனிச்சைச் செயலாக இருக்கிறது. மனிதனிடத்தில் அது மலரக்கூடிய மொக்காக சிறிது பிரக்ஞைத்தன்மையோடு இருக்கிறது. ஆனால் ஞானிகளிடம் மட்டும் அது மலர்ந்து முழுப் பிரக்ஞையாக இருக்கிறது." — ஓஷோ

## 74. புத்தர் ஒரு மலரை ஏந்துகிறார்

ஒரு சமயம் புத்தர் ஒரு மலையில் தங்கிப் போதனை செய்யும்பொழுது, தன் விரல்களில் ஒரு மலரை ஏந்தி, தன் முன்னால் உள்ள சீடர்களை நோக்கிப் பிடித்தார். எல்லோரும் அமைதியாக அதைப் பார்த்துக் கொண்டே இருந்தார்கள். ஆனால் மகா காசியப்பர் மாத்திரம் அதைப் பார்த்துப் புன் முறுவல் பூத்தார். தன் முகத்தில் ஏற்பட்ட சந்தோஷக் கோடுகளை மறைக்க முயன்றாலும். அவரால் மறைக்க முடியவில்லை.

புத்தர், ''உண்மையாகப் புரிந்து கொள்ளுதலும், உண்மையாக உருவமற்ற தன்மையான நிர்வாண நிலையைப் பற்றியும், வர்ணிப்புக்கு அப்பால் உள்ள தர்மாவைப் பற்றியும் யார் ஒருவன் உண்மையாகப் புரிந்திருக்கிறானோ, அவனின் மேன்மையான நிலையைப் பார்க்கக்கூடிய கண்களை நான் பெற்றிருக்கிறேன். அந்த உன்னத நிலையை வார்த்தைகளால் வெளிப்படுத்த முடியாது. அது சாதாரண போதனைகளுக்கு அப்பாற்பட்டது மற்றும் கடந்து நிற்பது. அந்தப் போதனையற்ற போதனையை, இப்பொழுது நான் மகா காசிப்பாவுக்கு அளித்திருக்கிறேன்'' என்றார்.

## கருத்து

ஞான நிலை என்பது வார்த்தைகளால் வர்ணிக்கப்பட முடியாது. அது வார்த்தையெல்லாம் கடந்த நிலை. பிரம்மத்தை எச்சில் படுத்த முடியாது என்று ராமகிருஷ்ண பரமஹம்சர் கூறுகிறார். அந்த மேலான நிலையில் யார் இருக்கிறார்களோ, அவர்களிடம் தன் இயல்பாக, அதே நிலையில் இருப்பவர் ஒருவர்தான் கலக்க முடியும். பூர்ணம், பூர்ணத்தோடு கலக்கிறது.

'என்னை எல்லோரும் சிறந்த பேச்சாளன் என்று கூறுகிறார்கள். ஆனால் எதைச் சொல்ல வேண்டும் என்று நினைக்கிறேனோ, அதை இதுவரை என்னால் வார்த்தைகளால் வெளிப்படுத்த முடியவில்லை. அப்படி இருக்க, நான் எப்படி ஒரு சிறந்த பேச்சாளனாக இருக்க முடியும்? மனதுக்கு அப்பால் உள்ள எல்லையற்ற, உருவமற்ற தன் அறிவால், தன் உணர்வாய் உள்ள, புரிந்துகொள்ள முடியாத மனத்தால் அந்தப் பேரியக்கத் தெய்விகப் பேராற்றலை, எங்கும் நீக்கமற நிறைந்திருக்கும் அந்த ஒன்றுமற்ற முழுமையை (GREAT NOTHING), கேவலம், மனிதனால் உண்டாக்கப்பட்ட வார்த்தைகளில் அடக்குவது எப்படிச் சாத்யம்?. அதை மௌனம் ஒன்றால்தான் வெளிக்காட்டமுடியும்.

அந்த மௌனத்தைப் புரிந்துகொள்வதும், அதே நிலையில் மௌனமாக இருந்தால்தான் ஒருவனால் அது சாத்யம். இதை வார்த்தைகளால் வெளிப்படுத்த முடியாத காரணத்தால்தான் இது பலவித வார்த்தைகளால் இந்த உலகத்தில் அசுத்தப்படுத்தப்பட்டுக் கொண்டே இருக்கிறது.''

– ஓஷோ

# 75. கெய்ச்சூவின் சக்கரம்

கெய்சான் (GETSUAN) என்ற ஜென் ஆசிரியர், தன் மாணாக்கர்களிடம் 'சீனாவில் முதலில் சக்கரத்தைச் செய்தவரான கெய்ச்சூ (KEICHU), ஆரம்பத்தில் ஐம்பது கம்பினால் பின்னப்பட்ட இரண்டு சக்கரங்களை உண்டாக்கினார். இப்பொழுது நான் உங்களிடம் ஒரு கேள்வியைக் கேட்கப்போகிறேன். இந்த ஐம்பது கம்பிகளை ஒன்றிணைக்கும் நடுமையத்தை அகற்றிவிட்டால், அந்தச் சக்கரத்துக்கு என்ன நேரிடும்? இதைக் கெய்ச்சூ செய்திருந்தால், அவரை ஒரு சிறந்த சக்கரம் தயாரிப்பவர் என்று கூறமுடியுமா?' என்று கேட்டார்.

### கருத்து

*இங்குச் சக்கரம் என்று குறிப்பிடுவது பிறப்பு இறப்பு இயக்கம். அதாவது பிறப்பு இறப்பு சக்கரம். இதற்க்கு ஆதாரம் நடு மையமான மனம்தான். கம்பிகள் என்பது ஆசைகள். இந்த நடு மையமான மனத்தை அகற்றி விட்டால், வெளிச் சுற்று சக்கரம் மாத்திரம் இருக்கும், ஆனால் அது இயங்காது. இப்படி கெய்ச்சூ செய்திருந்தால், அவர் ஒரு ஆன்மிக மாஸ்டர் தான்.*

*''நான் உங்களிடமிருந்து கடவுளைப் பிரித்து விடுகிறேன். எல்லாவற்றிற்கும் அந்த ஏழைக் கிழவனைக் குறை கூறிக் கொண்டிருக்காதீர்கள். காலம் காலமாக அந்த ஆளின் மேல் சுமத்திய குற்றச்சாட்டுகள் போதும். இந்த உலகத்தைப் படைத்தது அந்த ஆள்தான்: சைத்தானையும் படைத்தவர். இப்படி நல்லது, கெட்டது என்று அனைத்தையும் படைத்தது இந்த ஆள்தான். ஆகவே, இப்பொழுது அவருக்கு உங்களிடமிருந்து விடுதலை கொடுக்கிறேன்.*

அப்படி ஓர் ஆள் இல்லவே இல்லை, உங்களுடைய பொறுப்புகளை, உங்களுடைய துன்பங்களை, பிறர்மேல் சுமத்த ஒரு பெரிய 'ஆள்' உங்களுக்குத் தேவைப்படுகிறது. ஆனால், முதலில் இந்தப் பிறர்மேல் சுமத்தும் பொறுப்பற்ற பொறுப்பைத் திரும்பப் பெற்றுக்கொள்ளுங்கள். இது கோழைகளின் செயல்'.

– ஓஷோ

## 76. வரலாற்றுக்கு முந்தியுள்ள ஒரு புத்தர்

சீஜோ (SEIJO) என்ற ஜென் மாஸ்டரிடம் ஒரு சந்நியாசி, ''நம்முடைய எழுதப்பட்ட வரலாற்றுக்கு முன்பு, உள்ள ஒரு புத்தர், தியானத்தில் அமர்ந்து பத்துப் பிறவிகள் எடுத்தும், அந்த மேலான உண்மை நிலையில் விளக்கம் பெறவில்லை என்று நான் கேள்விப்பட்டேன். ஆகவே, அவரால் ஒரு முழுமையான புத்தராக முடியவில்லை. ஏன் அப்படி?'' என்று கேள்வி கேட்டார்.

அதற்கு சீஜோ, 'உன்னுடைய கேள்வியிலேயே விளக்கம் இருக்கிறது'.

சந்நியாசி, ''அவர் தியானம் செய்து கொண்டிருந்தாலும், ஏன் அவரால் புத்தத் தன்மையை முழுமையாக அடைய முடியவில்லை?''

சீஜோ, 'ஏன் என்றால், அவர் ஒரு புத்தராக இல்லை' என்றார்.

### கருத்து

தியானம் செய்பவர்கள் மனதை வெறுமை யாக்கிக் கொண்டுவரும்போதே, ஒரு கட்டத்தில் தியானத்தையே விட்டுவிட்டு, உடலாலும், மனதாலும் முழு ஓய்வில் இருக்கவேண்டும். ஜெ.கிருஷ்ணமூர்த்தி 'தியானம் தேவை இல்லை' என்கிறார். அது தியானத்தில் ஆழ்ந்து சென்றவர்களுக்குத்தான் பொருந்தும்.

அந்தப் புத்தர், இன்னும் தன் ஆசையை அல்லது மனதை விடவில்லை என்று அர்த்தம். ஆகவேதான் மீண்டும் மீண்டும் பிறவி எடுத்தார்.

## கருத்து

'தியானம் என்பது உங்களுடைய எண்ணங்களைப் படிப்படியாகக் குறைத்து, அவைகளின் இடைவெளியை, அதாவது ஒரு எண்ணத்துக்கும், அடுத்த எண்ணத்துக்கும் உள்ள இடைவெளியை அதிகரித்துக் கொண்டே சென்று, ஒரு கட்டத்தில், முழு வெறுமையை அடைதல்தான். அப்பொழுது, நீங்கள் சேகரித்த எண்ணங்கள் அல்லது விஷய ஞானங்கள் அனைத்தும் அதன் கருநிலையில் அப்படியே அடங்கி, உயிரற்று இருக்கும்.

இந்த மனமற்ற நிலையில், நீங்கள் மனத்துக்கு ஆதாரமான உயிர்த்தன்மையை நேரடியாக அணுகுகிறார்கள். அதன் பிறகு, உங்களுடைய செயல்கள் அனைத்தும், உங்களுடைய உயிர்த்தன்மையின், உள்ளுணர்வின் சட்டப்படியே நடக்கும். மனம், இப்பொழுது உங்களுக்கு வெறும் வேலைக்காரன் தான். நீங்கள் இப்பொழுது கணத்துக்குக் கணம் செயல்படுவீர்கள். உங்களுடைய நிகழ்காலச் செயல்கள், இறந்த காலத்திலேயிருந்தோ அல்லது எதிர்காலத்திலிருந்தோ வருபவையாக இருக்காது'.

*– ஓஷோ*

## 77. சீயி தனிமையிலும், வறுமையிலும் இருக்கிறார்

சீயி (SEIZE) என்ற ஜென்துறவி, சோசன் (SOZAN) என்ற ஜென் மாஸ்டரிடம், 'சீயி தனிமையிலும், வறுமையிலும் வாடுகிறார். அவருக்கு நீங்கள் உதவி செய்ய முடியுமா?' என்று கேட்டார்.

சோசன், "சீயியா?" என்று கேட்டார்.

சீயி, 'ஆமாம், ஐயா?' என்றார்.

சோசன், "சைனாவில் உள்ள மிகச் சிறந்த ஆன்மிக மதுவான ஜென்னை நீங்களெல்லாம் அடைந்திருக்கிறீர்கள். நீங்கள் அந்த மதுவை ஏற்கனவே மூன்று கப் அருந்தி விட்டீர்கள். இருந்தும், நீங்கள் இப்பொழுது அது என் உதடுகளைக்கூட நனைக்கவில்லை என்று கூறுகிறீர்கள்?" என்றார்.

### கருத்து

ஜென் என்ற ஆத்மிக மதுவைக் குடித்தவன், தன்னுடைய சிறப்பை உணர்ந்திடுவான். சீயி ஏற்கனவே மூன்று கப் மதுவைக் குடித்து, ஒருவித ஆன்மிகப் போதை மயக்கத்தில் தான் இருக்கிறார்! ஆனால் அவர் தனியாகவும் வறுமையிலும் இருப்பதாகக் கூறுகிறார். தன் இருப்பு நிலையை உணர்ந்தவன், தனிமையிலும் இருப்பதில்லை. மற்றும் வறுமையிலும் இருப்பதில்லை. ஆகவேதான், சோசன் வியப்பாக அவரிடம் அப்படிக் கேட்கிறார்.

'மக்கள் நம்பிக்கையில் வாழ்வதற்கு, மதங்கள் பல கற்பனைகளைத் தோற்றுவித்திருக்கிறது. ஆனால்,

இப்பொழுது மனிதன், அவைகள் அனைத்தும் வெறும் கற்பனை மற்றும் பொய் என்று உணர ஆரம்பித்து விட்டான். இப்பொழுது வாழ்வதற்கு மேற்கொண்டு எதுவுமே இல்லை என்ற நிலைக்கு வந்துவிட்டான்.

அவனுடைய தேவைகள் அனைத்தும் பூர்த்தியாகி விட்டன. ஆகவே, மனிதன் மீண்டும் துன்பத்தில், விரத்தியில்ததான் இருக்கிறான். மனிதன் மாத்திரமல்ல, ஒரு சில ஞானிகளும் இப்படித்தான் ஒரு சில சமயம் இருப்பார்கள். ஏனெனில், தேடுவதற்கு, அடைவதற்கு மேற்கொண்டு ஒன்றுமே இல்லை என்ற நிலை இருவருக்கும் ஏற்படுகிறது. இருவருக்கும் உள்ள ஒரே வித்தியாசம், ஒருவன் உள்ளே தேடுகிறான். இன்னொருவன் வெளியே தேடுகிறான்.'' ஆகவேதான், நான், நீங்கள் ஜோர்பாவாகவும், புத்தாவாகவும் இருங்கள் என்று கூறுகிறேன்.

– ஓஷோ

# 78. சூகான் தன் மாஸ்டரைத் தானே அழைக்கிறார்

ஒவ்வொரு நாளும், சூகான், தனக்குத்தானே கீழ்க்கண்டவாறு பேசிக்கொள்வது வழக்கம்.

‘சூகான்’, ‘சூகான்’ இது மாஸ்டர் அழைப்பது.

அதற்குப் பதில், ‘இருக்கிறேன், ஐயா’ இது சூகான் சொல்லுவது.

மாஸ்டர், ‘நீ மிகவும் கவலையில் இருக்கிறாய்’

சூசன், ‘ஆமாம் ஐயா’.

மாஸ்டர், ‘பிற பொருள்களினால், நீ ஏமாறாமல் பார்த்துக்கொள்’.

சூசன், ‘அப்படியே ஐயா’

**கருத்து**

*மனிதன் மாயையால் ஏமாற்றப்படு கிறான். இதுதான் ஒருவனதுஏமாற்றத் துக்கும், கவலைக்கும் காரணம். பெண், பொருள், பூமி இவைகளால் நாம் தொடர்ந்து ஏமாற்றப்பட்டுக் கொண்டே வருகிறோம். இந்த மூன்றில், மிகவும் சக்தி படைத்த மாயை பெண்தான். ஒரு பெண்ணிற்காக, தன்னையே இழக்க, தன் பெற்றோரை இழக்க, தன் நாட்டையே இழக்க ஒருவன் சித்தமாகிறான் என்றால், அந்த மாயையின் வலிமைதான் என்ன? ஆனால் ஒரு அழகான பெண்ணைச் சற்று உற்றுப் பாருங்கள். அதில் மணந்திருக்கும் அவலட்சணம் புரியும்!*

"கூடியவரை, வாழ்க்கையில் பற்றற்று இருங்கள். பாசத்துக்கு இடம் கொடுக்காதீர்கள். பாசம் என்றால் கண்மூடித்தனமான அன்பு அல்லது பற்று. இந்த உலகத்தில் நம் உடலைப் போல, எல்லோரும், எல்லாமும் ஒரு கட்டத்தில் அழியத்தான் வேண்டும். இதில் அளவுக்கு அதிகமாகப் பற்று வைத்தால், முடிவில் எஞ்சுவது ஏமாற்றமும், விரக்தியும்தான். வாழ்க்கையை ஒரு விளையாட்டாக எடுத்துக் கொள்ளுங்கள். இந்த உலகத்தில் கடுமையாக இருப்பதற்கு எதுவும் இல்லை. வாழ்க்கையை விளையாட்டாக எடுத்துக் கொள்பவன்தான், வாழத் தெரிந்தவன். இவன், எப்பொழுதும் சிரித்த முகத்தோடுதான் இருப்பான். இவனால் ஒருபோதும் கடுமையாக இருக்கமுடியாது".

– ஓஷோ

## 79. நான்சென் செய்த ஒரு கொலை

கீழைநாட்டு மற்றும் மேலைநாட்டுச் சந்நியாசிகள் ஒரு ஹாலில், ஒரு பூனையைக் குறித்துச் சண்டை போட்டவாறு இருந்ததை, நான்சென் (NANSEN) பார்க்க நேர்ந்தது. அவர் அந்தப் பூனையைப் பிடித்துக்கொண்டு, அவர்களிடம், 'உங்களில் யாராவது நன்மையான, உண்மையான ஒரு வார்த்தை கூறினால், இந்தப் பூனை காப்பாற்றப்படும்' என்றார். ஆனால் இதற்கு யாரும் பதில் கூறவில்லை. உடனே நான்சென் அந்தப் பூனையை இரண்டாக வெட்டிவிட்டார்.

அன்று மாலை ஜோசு என்ற ஜென் மாஸ்டர், நான்சென்னிடம் வந்தார். நான்சென் அவரிடம் நடந்த விஷயங்களைக் கூறினார். ஜோசு, தன் செருப்பைக் கழற்றி, தன் தலை மீது வைத்துக் கொண்டு, நடந்துசெல்ல ஆரம்பித்துவிட்டார். நான்சென், 'நீங்கள் மட்டும் இங்கு இருந்திருந்தால், இந்தப் பூனை காப்பாற்றப்பட்டிருக்கும்' என்றார்.

### கருத்து

கீழை மற்றும் மேலைநாட்டு சந்நியாசிகள் எப்பொழுதும் கடவுள் தன்மையைப் பற்றி சர்ச்சை செய்தவாறு இருக்கிறார்கள். இந்தச் சர்ச்சை

யால் எந்தப் பிரயோஜனமும் இல்லை. இது வீண் எண்ணங்களுக்குத்தான் காரணமாகிவிடும். முடிவில், உயிர்த்தன்மை (உயிரோடு உள்ள பூனை), உயிரற்றுப் போய்விடும். ஆகவேதான் ஜோசு, தன் செருப்பைக் கழற்றி எண்ணங்கள் அடங்கிய தன் தலைமேல் வைத்து அவமரியாதை செய்தார். இங்கு நல்ல வார்த்தை என்பது மௌனம்தான்.

'ஆஸ்திகர்கள் தாங்கள்தான் கடவுளுக்கு மிக நெருக்கமாக இருப்பதாகக் கூறிக்கொள்வார்கள். ஆனால், எண்ணம், எண்ணம்தான். அது ஆத்மிகமாக இருந்தாலும் சரி, லௌகிகமாக இருந்தாலும் சரி இன்றைக்கு ஒரு வகுப்பினர், தாங்கள் மட்டுமே வேதத்தை ஓதத் தகுதி படைத்தவர்கள் என்று கூறிக்கொண்டு, மக்களை ஏமாற்றிக்கொண்டு இருக்கிறார்கள். ஆனால், இந்த ஒரு வகுப்பில் மட்டும், அவதரித்த ஞானிகள் மற்றும் சித்தர்கள் மிகவும் குறைவு. இவர்கள் எந்த அளவுக்கு, கடவுளுக்கு மிகவும் நெருங்கி இருக்கிறார்கள் என்று தங்களைக் கருதிக்கொண்டு இருக்கிறார்களோ, அந்த அளவுக்கு இவர்கள் கடவுளுக்கு வெகு தூரத்தில் இருக்கிறார்கள்'.

– *ஓஷோ*

## 80. தோஸனின் மூன்று அடிகள்

உம்மான் (UMMON) என்ற ஜென் மாஸ்டரிடம் தோஸன் (TOZAN) என்ற ஜென் மாணவன் சென்றான். அவனை 'எங்கே இருந்து வருகிறாய்' என்று உம்மான் கேட்டார்.

தோஸன், "சாட்டோ (SATO) என்ற கிராமத்திலிருந்து வருகிறேன்".

உம்மான், "சென்ற கோடையில், நீ எந்தக் கோவிலில் தங்கி இருந்தாய்?"

தோஸன், "அங்கு உள்ள ஏரிக்குத் தெற்கே உள்ள ஹோஜி (HOJI) என்ற கோவிலில்".

உம்மான், ஆத்மிகத்தைத் தேடும் இந்தப் பையன் இப்படி சாதாரண விஷயங்களுக்கு முக்கியத்துவம் கொடுத்து, இவ்வளவு ஞாபகமாகச் சொல்லுகிறானே என்று வியந்து, மேலும்,

"நீ அங்கே இருந்து எப்பொழுது கிளம்பினாய்?" என்று கேட்டார்.

அவன், "ஆகஸ்ட் இருபத்து ஐந்தாம் தேதி".

உம்மான், "இந்தக் கம்பால், உன்னை நான் மூன்று தடவை அடித்திருக்கவேண்டும். ஆனால் இன்று நான் உன்னை மன்னித்துவிடுகிறேன்" என்றார்.

அடுத்த நாள், உம்மானை வணங்கிய தோஸன், "நேற்று நீங்கள் என்னை மன்னித்துவிட்டீர்கள். நான் தவறு

செய்தேன் என்று நீங்கள் நினைப்பதற்கு என்ன காரணம் என்று எனக்குப் புரியவில்லை?'' என்று கேட்டான்.

அதற்கு உம்மான், தான் கேட்ட கேள்விகளுக்கு ஆத்மிகமாகப் பதில் சொல்லாதது குறித்து அவனைக் கடிந்து கொண்டு, மேலும், ''நீ எதற்குமே லாயக்கில்லை. நீ வெறுமனே ஒரு மடாலயத்திலிருந்து, இன்னொரு மடலாயத்துக்குச் சென்று கொண்டே இருக்கிறாய்'' என்றார்.

உம்மான், தன் வார்த்தைகளை முடிக்குமுன்பே, தோஸன் ஞானமடைந்துவிட்டார்.

### கருத்து

*ஏற்கனவே தோஸன் புத்தத் தன்மைக்கு வெகு அருகில் இருப்பதை உம்மான் புரிந்து கொண்டதால்தான், அவர் அப்படிக் கடிந்து கொள்கிறார். தான் அப்படி இருப்பதைத் தோஸனால் அறிந்துகொள்ள முடியவில்லை!*

*'நீங்கள் பலதடவை கீழே விழலாம். பல தடவை தோல்வியைச் சந்திக்கலாம். ஆனால், மீண்டும், மீண்டும் மேலே தைரியமாக எழுந்து நில்லுங்கள். நீங்கள் தவறுகள் செய்யலாம். பரவாயில்லை. ஆனால், ஒரே தவற்றை மீண்டும் செய்யாமல் பார்த்துக் கொள்ளுங்கள்'.*

**– ஓஷோ**

## 81. மணியும், அங்கியும்

உம்மான், தன் சீடர்களிடம், "இந்த உலகம் மிகப் பரந்தது. எதற்காக நீங்கள் இந்த மணி ஓசைக்கும், பல வர்ணமுடைய அலங்காரமான மேல் அங்கிக்கும் முக்கியத்துவம் கொடுக்கிறீர்கள்?" என்று கேட்டார்.

### கருத்து

"இந்தப் பிரபஞ்சம், நீங்கள் இப்படித்தான் இருக்கவேண்டும் என்று உங்களைப் படைத்திருக்கிறது. என்னைப் பொருத்தவரையில், நீங்கள் எப்படி இருக்க வேண்டுமோ, அப்படி இல்லாமல் இருப்பதுதான் மதத்தன்மைக்குப் புறம்பானது என்று கருதுகிறேன். கொள்கை, நீதி என்று எதையும் உங்கள்மேல் திணித்துக் கொள்ளாமல், உங்கள் உள் உணர்வுப்படி செயல்படுங்கள், அடுத்தவர் போல் ஆகவேண்டும் என்று முயலாதீர்கள். தாமரை, மல்லிகையாக முடியுமா?."

– ஓஷோ

# 82. ஒவ்வொரு நாள் வாழ்க்கையும் ஒரு பாதைதான்

ஜோசு (JOSHU), நான்செனனைக் (NANSEN) கேட்டார் 'பாதை என்றால் என்ன?'

நான்சென், 'ஒவ்வொரு நாள் வாழ்க்கையும் ஒரு பாதைதான்.'

ஜோசு, 'அதைப் படிக்கமுடியுமா?'

நான்சென், 'நீ அதைப்படிக்க முயன்றால், நீ, அதிலிருந்து வெகு தொலைவுக்குச் சென்றுவிடுவாய்.'

ஜோசு, 'நான் அதைப் படிக்காவிட்டால், அது ஒரு பாதைதான் என்று எப்படி நான் அறிந்துகொள்வது?

நான்சென், 'நான் குறிப்பிட்டுச் சொல்லும் பாதை என்பது கண்களுக்குத் தெரியும் மற்றும் கண்களுக்குத் தெரியாத இந்த உலகத்தின் வெளித் தோற்றம் அல்ல. நீ உண்மையிலேயே, சந்தேகமில்லாமல் அந்தப் பேருண்மையை அடைய விரும்பினால், இந்த ஆகாயம் எவ்வளவு சுதந்தி ரமாக இருக்கிறதோ, அந்த அளவுக்கு உன்னையே தயார்ப்படுத்திக் கொள். அது நல்லது என்றோ அல்லது கெட்டது என்றோ பிரித்துப் பார்க்க வேண்டாம்' என்றார்.

### கருத்து

*'பார்த்தல்' என்பது நினைப்பது அல்ல. சூரியன் உதயமாகிறது. நீங்கள் அதைப்பற்றி நினைத்துக் கொண்டிருந்தால். அதன் அழகை உங்களால் ரசிக்கமுடியாது. உங்கள் பார்வையை மறைப்பது உங்கள்*

எண்ணங்கள்தான். உண்மைக்கு அது புதிய வர்ணத்தையும், புதிய அர்த்தத்தையும் உண்டுபண்ணுகிறது. அப்பொழுது உண்மை, உண்மையாகத் தெரிவது இல்லை. நீங்கள் ஒரு ரோஜா மலரைப் பார்த்து, ''ஓ, என்ன அழகு?'' என்று வியந்தால், நீங்கள் அதன் உண்மையான அழகை இழந்துவிடுகிறீர்கள். அதை வெறுமனே பாருங்கள். அதில் உங்கள் இறந்த கால மனத்தைக் கலக்காதீர்கள்.''

– ஓஷோ

## 83. நன்மை, தீமை என்று நினைக்கவேண்டாம்

ஆறாவது மதத்தலைவர், பூர்ண விடுதலை அடைந்த பிறகு, அவர் முன்பு இருந்த ஐந்தாவது மதத்தலைவரிடமிருந்து, புனிதத்தட்டையும், அங்கியையும் பெற்றுக்கொண்டார். இவைகள் புத்தரிடமிருந்து காலங்காலமாக வந்து கொண்டிருக்கின்றன.

எம்யோ (EMYO) என்ற சந்நியாசி, பொறாமை கொண்டு, இந்த அரிய பொக்கிஷங்களை, அந்த ஆறாவது மதத்தலைவரிடமிருந்து பறித்துவிடப் பேராசை கொண்டார். இதைப் புரிந்துகொண்ட, அந்த ஆறாவது மதத்தலைவர், அந்த இரு பொக்கிஷங்களைப் பாதையில் உள்ள ஒரு கல்லின்மேல் வைத்து, எம்யோவிடம், "இந்தப் பொருள்கள், உண்மையை உணர்த்தும், வெறும் ஞாபகார்த்தப் பொருள்கள்தான். இதற்காகச் சண்டை இடுவது எந்தப் பயனும் தராது. நீ இவைகளை அடைய விரும்பினால், தாராளமாக எடுத்துக் கொள்" என்றார்.

ஆனால், அவைகளை எடுக்க எம்யோ முயன்ற பொழுது, அவை

கள் மலைபோல கனத்தன. இதனால் அவர் வெட்கித் தலைகுனிந்து, நடுங்கியவாறே, 'நான் உங்களிடமிருந்து உயர்ந்த போதனைகளைக் கேட்கவே வந்தேன்; இப்படிப்பட்ட புனிதப் பொக்கிஷங்களுக்காக அல்ல. தயவுசெய்து, எனக்குப் போதனை செய்யவும்' என்று பணிவோடு வேண்டினார்.

அந்த ஆறாவது மதத்தலைவர், 'நீ நல்லது என்றும் கெட்டது என்றும் நினைக்காதபொழுது, உன்னுடைய உண்மையான நிலை என்ன?' என்று கேட்டார்.

வார்த்தைகளைக் கேட்டதும், எம்யோவின் முகத்தில் ஒளி வீசியது. உடல், வியர்வையால் நனைந்தது. அவர் தன்னை மறந்து கூவியவாறு வணங்கி, 'நீங்கள் எனக்குச் சரியான அர்த்தத்தையும், அந்த ரகசியத்தையும் அளித்தீர்கள். இதற்குமேல், ஆழமான போதனை ஏதும் உள்ளதா?' என்று கேட்டார்.

மதத்தலைவர், 'நான் இப்பொழுது சொன்னதில், எந்த ரகசியமும் இல்லை. நீ உன்னுடைய இருப்புத் தன்மையை, உண்மையான ஒருநிலையைப் புரிந்துகொண்டால், அதுதான் உன்னுடைய ரகசியமாக இருக்கும்' என்றார்.

எம்யோ, 'நான் பல வருடங்களாக ஐந்தாவது மதத்தலைவரிடம் இருந்திருக்கிறேன். ஆனால், சற்று முன்பு வரை, நான் என்னுடைய உண்மையான 'நானை' (SELF) அறிந்திருக்கவில்லை. உங்களுடைய போதனையின் மூலமாகத்தான், என்னுடைய கருத்தன்மையைப் புரிந்துகொண்டேன். நீரை அருந்துபவனால் தான், அது தண்ணீரா அல்லது வெந்நீரா என்று புரிந்துகொள்ளமுடியும். இப்பொழுது நான் உங்களை என்னுடைய ஆசிரியர் என்று கூறலாமா?' என்று கேட்டார்.

அதற்கு மத்தலைவர், 'நாம் எல்லோரும் ஐந்தாவது மத்தலைவரிடம் படித்தோம். அவரைத்தான் நீ உன்னுடைய மாஸ்டர் என்று அழைக்க வேண்டும். இப்பொழுது அடைந்ததை, ஒரு பொக்கிஷம் போலப் பாதுகாக்கவும்' என்றார்.

### கருத்து

'எதையும் துறக்காதீர்கள். அப்படித் துறக்க முற்பட்டால், அதன்மேல் உள்ள உங்கள் மனத்தின் கவர்ச்சி முன்பு ஒன்றைத் துறக்க அதைப் பூர்ணமாக அனுபவிக்க வேண்டும் - புத்தரைப் போல. அப்பொழுதுதான் மனம், அதற்கு விடுதலை அளிக்கும். ஆனால், விழிப்புணர்வும், சாட்சியாக நின்று பார்க்கும் தன்மையும் வேண்டும். இருந்ததைவிடத் துறந்த பிறகு, மிக அதிகமாகிவிடும். அந்தக் கவர்ச்சியை வெறுமனே பாருங்கள். அந்தக் கவர்ச்சி ஏன் என்பதைப் புரிந்துகொள்ளுங்கள்.'

– ஓஷோ

# 84. மூன்றாவது இருக்கையிலிருந்து போதனை

குயோசான் (KYOZAN) என்ற ஜென் மாஸ்டர், தன்னுடைய கனவில், தான் மைத்திரேயாவின் புனித இடத்துக்குச் சென்றதாகக் கண்டார். அந்த சுத்த இடத்தில, அவர், மைத்திரேயாவுடைய இருக்கைக்கு மூன்றாவது இடத்தில், தான் அமர்ந்திருப்பதாக உணர்ந்தார். அப்பொழுது அங்குள்ளவர்களில் ஒருவர் எழுந்து, 'இன்றைக்கு அதோ அங்கு மூன்றாவது இருக்கையில் அமர்ந்திருக்கும் புதியவர் போதனை செய்வார்' என்று அறிவித்தார். குயோசான் எழுந்து, 'மைத்திரேயாவின் போதனையில் உள்ள உண்மை என்னவென்றால், கடந்து செல்லுதல் - வார்த்தைக்கும், எண்ணத்திற்கும் மேலே! உங்களுக்குப் புரிகிறதா?' என்றார்.

மூன்று என்ற எண்ணுக்கு, மற்ற மதங்களைப் போல ஜென்னும் முக்கியத்துவம் கொடுக்கிறது. ஜென் மனிதனை மூன்று கூறுக ளாகப் பார்க்கிறது. அதாவது உடல், மனம், உயிர் என்று. உயிர் உடலுக்கு ஆதாரம். உடல் மனதுக்கு ஆதாரம். மொத்தத்தில் உயிர்தான் எல்லாவற்றிற்கும் அடிப்படையான காரணம்.

**கருத்து**

*'எண்ணங்களைக் கடந்து செல்ல, எண்ணங்களின் மேல் மேற்கொண்டு எண்ணாமல், அந்த எண்ணங்களை வெறுமனே பார்க்கக் கற்றுக் கொள்ளுங்கள். எண்ணங்களை எண்ணாமல் பார்க்கும்பொழுது, அந்த எண்ணத்தின் உயிர்நிலை ஒடுங்குகிறது. இப்படி இந்தப் பார்வையின் தன்மை அதிகமானால், எண்ணங்கள் ஒடுக்கப்பட்டு, ஒரு கட்டத்தில் எண்ணமற்ற நிலை ஏற்படும். இதுவே கடந்த நிலை.'* – ஓஷோ

# 85. அது மனதல்ல, புத்தர் அல்ல மற்றும் பொருள்களும் அல்ல

நான்செனிடம் ஒரு துறவி, 'இதற்கு முன்பு உங்களுக்கு எந்த மாஸ்டராலும் போதிக்கப்படாதது எதுவும் உண்டா?' என்று கேட்டார்.

நான்சென், 'ஆமாம் இருக்கிறது'

துறவி, 'என்ன அது?'

நான்சென், 'அது மனமும் அல்ல; புத்தரும் அல்ல; பொருள்களும் அல்ல' என்றார்.

## கருத்து

'தெய்விக வெறுமை' (THE GREAT NOTHING) என்பது உங்களுடைய எந்தப் புலன்களுக்கும் புலப்படாதது. அதுவே ஒளியாகி, ஒலியாகி, இரண்டுங்கலந்த சக்தியாகி (நெருப்பு), அணுவாகி, அணுத்திரளாகி, காற்றாகி, நீராகி, மண்ணாகி, உயிராகி, உயிர்ப்பொருளாகி, இவைகள் எல்லாவற்றிலும் அதுவே நீக்கமற நிறைந்து இருப்பாக இருக்கிறது. ஆகவே, ஒளிக்கும், ஒலிக்கும் மூலம் அந்த வெறுமையே. புத்தர் மட்டுமே இந்த வெறுமையைக் தொகுக்கிறார். மற்ற ஞானிகள் அனைவரும் ஒலி மற்றும் ஒளியோடு நின்று விலகுகிறார்கள் - உதாரணம், ஆதிசங்கரர், ஜீசஸ், ஹஸ்ரத் முகமது, மோசஸ் போன்றவர்கள்.

– ஓஷோ

## 86. மெழுகுவர்த்தியை அணை

ரைட்டான் (RYUTAN) என்ற ஜென் மாஸ்டரிடம், டோக்குசான் (TOKUSAN) என்பவர் ஜென்னைக் கற்றுக் கொண்டிருந்தார். ஒரு நாள் இரவு, அவர் ரைட்டானிடம் வந்து, பல கேள்விகளைக் கேட்டார். கடைசியில் மாஸ்டர், 'இரவு குளிராகிக் கொண்டு இருக்கிறது. ஏன், நீ தூங்கச் செல்லக் கூடாது?' என்று கேட்டார்.

உடனே டோக்குசன் எழுந்து, மாஸ்டருக்குக் குனிந்து வணக்கம் செலுத்தி, திரைச் சீலையை ஒதுக்கி விட்டு, வெளியே பார்த்தார். பிறகு மெல்ல, 'வெளியே ஒரே இருட்டாக இருக்கிறது' என்றார்.

இதைக் கேட்டதும், ரைட்டான், ஒரு சிறிய மெழுகு வர்த்தியை ஏற்றி அவரிடம் கொடுத்தான். ஆனால், டோக்குசான் அதை அவரிடமிருந்து வாங்கிய உடனேயே, ரைட்டான் அதை ஊதி அணைத்து விட்டார். அந்தக் கணத்தில் டோக்கு சானின் மனம் திறந்து கொண்டது.

அப்பொழுது ரைட்டான், 'நீ இப்பொழுது அடைந்தது என்ன?' என்று கேட்டார்.

டோக்குசான், 'இப்பொழுதி லிருந்து, என் ஆசிரியரின் போதனையில் கொஞ்சம் கூட சந்தேகம் என்பது கிடையாது' என்றார்.

அடுத்த நாள், ரைட்டான், பல துறவிகள் அடங்கிய போதனைக் கூடத்தில், 'நான் இங்கு குழுமி இருக்கும் ஒருவரை வித்தியாசமாகப் பார்க்கிறேன். அவரிடம் உள்ள உண்மை மரக்கத்தி போலவும், அவருடைய வாய், இரத்தம் தோய்ந்த கிண்ணம் போலவும் காணுகிறேன். நீங்கள் அவரை, ஒரு நீண்ட தடியைக் கொண்டு அடித்தாலும், அவர் உங்களை ஒருக்காலும் திரும்பிப் பார்க்க மாட்டார். ஒரு நாள் அவர் மிக மேலான உச்சநிலையை அடைவார். பிறகு அவர் என்னுடைய போதனைகளை எங்கும் எடுத்துச் செல்வார்' என்றார்.

அன்று மாலை, அந்தப் போதகனைக் கூடத்துக்கு முன்பு டோக்குசான், புத்தமத சூத்திரங்களுக்கு விரிவுரை கொண்ட புத்தகங்களை நெருப்பில் போட்டுச் சாம்பலாக்கினார். "இந்த உலகத்தில் உள்ள மிக அற்புதமான விஷய ஞானங்களை, ஞானத்தன்மையோடு ஒப்பிட்டால், அது பரந்த கடலில் விழுந்த ஒரு துளி நீரைப் போலவே ஆகும்" என்று கூறி, அவர் அந்த மடாலயத்தை விட்டு வெளியேறினார்.

இங்கு மெழுகுவர்த்தி என்பது வெளியே பார்க்கும் மனம். ஆகவேதான் பாக்ட்டர் 'மெழுகுவர்த்தியை அணை' என்றார்.

### கருத்து

'ஞானத் தன்மையை அடைந்தவருக்கு, நீதி போதனை, ஒழுக்கம், மத சூத்திரம் போன்ற பல மதசம்மந்தமான நூல்கள் கூட, வெறும் விஷய ஞானக் களஞ்சியமாகவே தோன்றும்'.

– ஓஷோ

## 87. ஜோசு விசாரிக்கிறார்

ஒரு வயதான ஜென் பெண்மணியிடம், ஒரு வழிப் போக்கத் துறவி, தைஜான் (TAIZAN) என்ற கோவிலுக்கு வழி எது என்று கேட்டார். அதற்கு அந்தப் பெண்மணி, 'நேராக முன் நோக்கிச் செல்' என்றார். அந்தத் துறவி சற்று அப்பால் நகர்ந்த பிறகு, அவள் தனக்குத்தானே, 'இவர் கூட சாதாரணமாகக் கோவிலுக்குச் செல்லும் பல பேர்களில் ஒருவர் போலும்' என்று கூறிக் கொண்டாள்.

இந்த நிகழ்ச்சியை யாரோ ஒருவர் ஜோசுவிடம் (JOSHU) சொன்னபொழுது, அவர், 'அப்படியா? நான் சென்று விசாரித்து வருகிறேன். அதுவரை பொறுமையாக இருக்கவும்' என்றார். மறுநாள், அவரே அந்தப் பெண்மணியிடம் சென்று, அதே கேள்வியைக் கேட்டார். அப்பொழுது அவள், அதே பதிலைத்தான் கூறினாள்.

பிறகு ஜோசு திரும்பி வந்து, 'நான் அந்த வயதான பெண்மணியை விசாரித்து விட்டேன்' என்றார்.

### கருத்து

நீங்கள் உங்கள் உள்ளுணர்வுப்படி நேராக முன் நோக்கிச் சென்றால்-வேறு எதைப் பற்றியும் கவலைப்படா மல், நீங்கள் அடைய வேண்டிய அந்தத் தெய்விகக் கோவிலை உங்களுக்குள்ளேயே அடையலாம்; பிற கோவில் எதுவும் தேவை இல்லை. 'மீன் எப்படி நீரிலே பிறந்து, நீரிலே வளர்ந்து, நீரிலேயே இறக்கிறதோ, அதைப் போல இந்த உயிர்த் தன்மை நிரம்பிய உலகம் என்ற

பெருங்கடலில் நீங்கள் பிறந்து வளர்ந்து, கடைசியில் அதிலேயே இறக்கிறீர்கள். இந்த உயிர்த் தன்மைதான் 'நீங்கள்' மற்றும் உங்கள் கடவுள் எல்லாம். வேறு கடவுள் என்று எதுவும் இல்லை.

– ஓஷோ

## 88. ஒரு தத்துவவாதி, புத்தரிடம் கேட்டார்

ஒரு தத்துவவாதி புத்தரிடம், "வார்த்தைகளால் வெளிப்படுத்தாமலும், வார்த்தைகளற்றும் வெளிப்படுத்தாமல், உங்களால் உண்மையை எனக்குச் சொல்ல முடியுமா?" என்று கேட்டார்.

அதற்குப் புத்தர் மௌனமாக இருந்தார். பிறகு அந்தத் தத்துவவாதி புத்தரை வணங்கி, 'உங்களுடைய அன்பு மற்றும் கருணையால் நான் என்னுடைய சந்தேகத்தைப் போக்கி விட்டு உண்மையான வழியில் நுழைந்து விட்டேன்' என்று நன்றிப் பெருக்குடன் கூறினார்.

அந்தத் தத்துவவாதி சென்ற பிறகு, ஆனந்தா புத்தரிடம், "அவர் என்ன அடைந்தார்?" என்று கேட்டார்.

மௌனம்தான் அதன் உண்மையான பதில்.

அதற்குப் புத்தர் "குதிரை, சாட்டையின் நிழலைக் கண்டாலே, ஓட ஆரம் பித்துவிடும்" என்றார்.

### கருத்து

"நீங்கள் கேள்விகளைக் கேட்டுக் கொண்டே போனால், பதில் தானே வரும். ஒரு கட்டத்தில் கேள்வி மாத்திரம் இருக்கும். அதற்குப் பதில் எதுவும் இருக்காது. அடுத்த கட்டத்தில் கேள்வியும் இருக்காது, பதிலும் இருக்காது! அந்தக் கேள்வி என்னவென்றால் 'நான் யார்?' என்பதுதான்."
— ஓஷோ

## 89. கற்பது, வழி அல்ல

நான்சென் (NANSEN) 'மனம், புத்தர் அல்ல. கற்பது என்பது வழி அல்ல' என்று தன் மாணாக்கர்களுக்கு போதனை செய்தார்.

### கருத்து

'கற்றலைவிட, கவனித்தலே மேன்மையானது. கற்பது மேம்போக்கானது. கவனிப்பது ஆழமானது. ஒன்றைக் கவனிக்கக் கவனிக்கத்தான், அதன் உட்பொருள் விளங்க ஆரம்பிக்கும். இந்த உலகத்தை வெறுமனே கவனிக்க ஆரம்பியுங்கள். கடவுள் தன்னைத்தானே வெளிக்காட்டிக் கொள்வார். வெறும் கவனித்தல் போதும். இதற்குப் பெயர்தான், சாட்சியாக இருத்தல். (WITNESSING). 112 தியான முறைகளின் அடிப்படை இது ஒன்றே!

– ஓஷோ

## 90. இரண்டு ஆத்மாக்கள்

கோசோ (GOSO) என்ற ஜென் ஆசிரியர், 'சீன தேசத்து சீசோ (SEIJO) என்ற பெண்ணுக்கு இரண்டு ஆத்மாக்கள் (உள்ளங்கள்) உண்டு. ஒரு உள்ளம் எப்பொழுதும் தன் சொந்த வீட்டையே நினைத்துக் கொண்டு இருக்கும்; இன்னொரு உள்ளம் நகரத்தில் வசிக்கும் இரண்டு குழந்தைகள் கொண்ட ஒரு கல்யாணமான பெண்மணியையே நினைத்துக் கொண்டு இருக்கும். எது உண்மையான ஆத்மா அல்லது உள்ளம்?' என்று தன் மாணாக்கர்களிடம் கேட்டார்.

### கருத்து

தன் சொந்த வீட்டையே நினைத்துக் கொண்டிருக்கும் ஆத்மாதான், உண்மையான ஆத்மா. இன்னொரு ஆத்மா, உலகின் பொருள்களில் பரவி நிற்பது. இது போலியானது.

இரண்டு குழந்தைகள் என்பது 'நல்லது' 'கெட்டது' என்பவைகள். கல்யாணமான பெண்மணி என்பது, தான் இந்த உலகத்தோடு பற்றுக் கொண்டு இருப்பதைக் குறிப் பிடுவது.

'நீங்கள் இப்பொழுது இருக்கும் நிலைமைக்கு, நீங்கள்தான் காரணம். நீங்கள் துன்பத்தில் இருந்தால், அதற்கு நீங்கள் தான் காரணம். பொறுப்பைப் பிறர்மேல் திணிக்கவேண்டாம். அது கோழைகள் செய்யும் வேலை.'

– ஓஷோ

# 91. யார் நன்றி சொல்வது?

செய்செட்சூ என்ற ஜென் மாஸ்டர், கமக்காரவில் உள்ள எங்காக்கூ புத்தப்பள்ளியில், ஒரு ஆசிரியராக இருந்து, ஜென்னைப் போதிக்கும்பொழுது, மாணவர்கள் அதிகம் சேர்ந்ததினால், அவருக்குச் சற்றுப் பெரிய இடம் தேவைப்பட்டது. ஈடனில் உள்ள யுமேசு சைபீ என்ற ஒரு பணக்கார வியாபாரி இதைக் கேள்விப்பட்டு, அந்தப் புத்தப் பள்ளியில் ஒரு பெரிய கட்டடம் கட்ட ஐந்நூறு பொற்காசுகளை அள்ளிப் பரிசாக செய் செட்சூவிடம் கொடுக்க, அவர், வெறுமனே, ''சரி, நான் இதை ஏற்றுக் கொள்கிறேன்'' என்றார்.

பணத்தைக் கொடுத்த அந்த வியாபாரி, மாஸ்டரின் வித்தியாசமான தன்மைகளைக் கண்டு சற்று அதிருப்தி அடைந்தார். ஏனெனில் ஒருவனிடம் மூன்று பொற்காசுகள் இருந்தாலே, மேற்கொண்டு சம்பாதிக்காமலே ஒரு வருடம் உட்கார்ந்து சாப்பிடலாம். அப்படி இருக்க, இவ்வளவு பெரிய தொகை கொடுத்தற்காக, ''நன்றி'' என்று கூட மாஸ்டர் ஒரு வார்த்தை சொல்லவில்லை. இது அந்த வியாபாரிக்கு மிகுந்த வருத்தத்தைக் கொடுத்தது.

யுமேசு, 'இந்தப் பையில், ஐந்நூறு பொற்காசுகள் இருக்கின்றன' என்று மாஸ்டருக்கு ஞாபகமூட்டினார். அதற்கு மாஸ்டர், 'நீங்கள் அதை ஏற்கனவே கூறிவிட்டீர்களே' என்றார்.

வியாபாரி, 'நான் ஒரு பணக்கார வியாபாரி என்றாலும், ஐந்நூறு பொற்காசுகளை அன்பளிப்பாகக் கொடுப்பது என்பது சற்று அதிகம்தான்' என்றார்.

மாஸ்டர், 'அதற்காக நான் உங்களுக்கு நன்றி கூற வேண்டும் என்று நீங்கள் எதிர்பார்க்கிறீர்களா?' என்று கேட்டார்.

'ஆமாம்'

'நான் எதற்கு உங்களுக்கு நன்றி கூற வேண்டும்? கொடுப்பவர்தான், வாங்கியவருக்கு நன்றி கூற வேண்டும்' என்றார்.

### கருத்து

ஒருவர் தன்னுடைய அபரிமிதமான அன்பையும், கருணையும் பிறருக்கும் கொடுத்து, அதனால் அவர் அடையும் ஆனந்தமும், மனநிறைவும் மகத்தானது. அதைப் போலத்தான் செல்வமும். எனவே, கொடுப்பவர்தான் வாங்குபவருக்கு நன்றி கூறவேண்டும். ஆனால் ஒரு வியாபாரிக்கு இது புரியாது. வியாபாரி மட்டுமல்ல, இந்த உலகத்தில் உள்ள எல்லோருமே ஒரு வியாபாரியாகத்தான் இருக்கிறோம் - கடவுளிடம் கூட!

'நீங்கள் செல்வத்தால் நிறைவு பெற்றால், செல்வம் உங்களுக்குத் திகட்ட ஆரம்பிக்கும் - அதாவது விழிப்புணர்வோடு உள்ளவர்களுக்கு. தித்திப்பை நீங்கள் தின்று கொண்டே இருந்தால், ஒரு கட்டத்தில் தித்திப்பு கசக்க ஆரம்பிக்கும். பரிசோதனை பண்ணிப் பாருங்கள்.'

– ஓஷோ

## 92. ஞானமடைந்த மனிதன்

சோகன் (SHOGAN) என்ற ஜென் மாஸ்டர், தன் மாணாக்கர்களிடம், 'ஏன் ஒரு ஞானமடைந்தவன் தன் சொந்தக்காலில் நின்று, தன்னையே விளக்க முடியவில்லை' என்று கேட்டார். மேலும் அவர், 'தன் நாக்கிலிருந்து வார்த்தைகள் வர வேண்டிய அவசியம் இல்லை' என்றார்.

### கருத்து

ஞானமடைந்தவர்களுக்கு, இந்த உடலும் சொந்தமில்லை, இந்த மனமும் சொந்தமில்லை. ஏன் இந்த உயிரும் சொந்தமில்லை. ஏனெனில், உயிர் தன்னையே அறிந்து கொள்வதுதான் ஞானம் என்பது.

இங்கு சொந்தக் கால் என்பது 'மனம்'. ஞானிகளுக்கு, மனம் அற்றுப்போவதால், அவர்களால் இந்த உலகத்தில், சம்பாதிக்க முடிவதில்லை. மனம் இல்லாத நிலையில், வார்த்தைகள் எப்படி வரும்?

'நீங்கள் இந்த உலகத்துக்கு ஒரு திறந்த புத்தகமாக, வெறுங்கை யோடு வந்தீர்கள். அதைப் போல வெறுங்கையோடு தான் செல்லப் போகிறீர்கள், - ஆனால் திறந்த புத்தகமாக அல்ல! யார் ஒருவன் திறந்த புத்தகமாகவும் செல்கிறானோ, அவனே ஞானி.'

– ஓஷோ

## 93. ஜோசு கிண்ணத்தைச் சுத்தப்படுத்துகிறார்

ஜோசு (JOSHU) என்ற ஜென் ஆசிரியரிடம் ஒரு துறவி வந்து, 'நான் இப்பொழுது தான் இந்த மடாலயத்திற்குள் நுழைகிறேன். எனக்குத் தயவு செய்து போதிக்கவும்' என்றார்.

ஜோசு, 'நீ அரிசிக் கஞ்சியைச் சாப்பிட்டு விட்டாயா?'

துறவி, 'ஆமாம். நான் சாப்பிட்டுவிட்டேன்'.

ஜோசு, 'அப்படியானால், அந்தக் கிண்ணத்தைக் கழுவிக் கவிழ்த்து வை' என்றார்.

இதைக் கேட்டதும், அந்தத் துறவி ஞானமடைந்தார்.

### கருத்து

இங்குக் கிண்ணம் என்பது மனம். கஞ்சி என்பது உலக எண்ணங்கள். மனத்தில் உலக எண்ணங்களை நிரப்பி, பிறகு அவைகளை வெளியே தள்ள வேண்டும்.

அதுதான் "கழுவிவை" என்று சொன்னதன் அர்த்தம். உலக எண்ணங்களால் நிரப்பி, அதைத் திருப்திப்படுத்திய பிறகு, அவைகளை ஒதுக்கி வைக்கவும். இதைப் புரிந்துகொண்ட, ஞானவிளிம்பில் நிற்கும் அந்தத் துறவி, உடனே ஞானமடைந்துவிட்டார்.

"நீங்கள் அடிப்படையில், மூன்று கூறுகளாக இருக்கிறீர்கள் - உடல், மனம், உயிர்த்தன்மை என்று இவைகளில் உடலும், நிகழ் காலத்தில் இருக்கின்றன.

ஆனால், மனம் மட்டும் எதிர்காலத்திலேயோ அல்லது இறந்த காலத்திலேயோதான் இருக்கின்றன. ஆகவேதான், ஞானிகள் ''மனிதன் எப்பொழுதும் தூங்கிக் கொண்டேதான் இருக்கிறான்'' என்று கூறுகிறார்கள். நீங்கள் மனதையும் நிகழ் காலத்தில் வைக்கவும். இதற்குப் பெயர்தான் 'தியானம்' என்பது..''

– **ஓஷோ**

## 94. குட்டெய்யின் விரல்

குட்டெய் என்ற ஜென் ஆசிரியரிடம், யாராவது ஜென்னைப் பற்றிக் கேட்டால், அவர் தன் ஒரு விரலைத் தூக்கிக் காட்டுவார். அவர் செய்வதுபோல, அவருடைய வேலையாள் பையனும், செய்து காட்டுவது வழக்கம். யாராவது அவனிடம், ''மாஸ்டர் எப்படிப் போதனை செய்கிறார்'' என்று கேட்டால், அவன் உடனே தன் ஒரு விரலைத் தூக்கிக் காட்டுவான்.

இந்தப் பையனுடைய குறும்புத்தனத்தைக் கேள்விப்பட்ட குட்டெய், அவனைப் பிடித்து, அந்த விரலைத் துண்டாக்கி விட்டார். அவன் அழுது கொண்டே ஓடி விட்டான். பிறகு அவனை அழைத்துவரச் செய்து, எப்பொழுதும் போல அவர் தன் விரலைத் தூக்கிக் காட்டினார். அந்தக் கணத்தில் அந்தப் பையனுக்கு ஞானம் கிட்டியது.

பிறகு குட்டெய், தன் மரணப்படுக்கையில் இருக்கும் பொழுது எல்லாத் துறவிகளையும் கூப்பிட்டு,

''நான் இந்த ஒரு விரல் ஜென்னை என்னுடைய ஆசிரியர் டென் ரூ

(TENRYO) விடமிருந்து பெற்றுக் கொண்டேன். அதை என் வாழ்நாள் முழுவதும், என்னால் விடவே முடியவில்லை'' என்று சொல்லி இறந்துவிட்டார்.

## கருத்து

ஒரு விரலை ஏன் தூக்கிக் காட்ட வேண்டும்? ஜென், எப்பொழுதும், ஒருவன் தனித்து இருந்து, அந்த 'ஒருமையை' அறிந்து கொள்ள வேண்டும் என்று சுட்டிக் காட்டவே. அது பிறரைக் காப்பி அடிப்பதாக இருக்கக் கூடாது. ஆகவேதான், மாஸ்டர் அந்தச் சிறுவனின் ஒரு விரலை வெட்டினார்.

பிறகு, மீண்டும் அவர் தன் ஒரு விரலைத் தூக்கிக் காட்டும் பொழுதுதான், தன்னால் அது இப்பொழுது - விரல் வெட்டப்பட்ட காரணத்தால் - முடியாது என்பதை உணர்ந்த சிறுவன், அதன் உள் அர்த்தத்தை - பிறரை காப்பி அடிக்காமல் இருப்பதை - புரிந்துகொண்டான்.

கடைசியில், தான் செய்த தவற்றையே - தன் ஆசிரியரைப் பின்பற்றியது - சுட்டிக் காட்டிய அந்த மாஸ்டர் இறந்துவிட்டார்.

''தனிமையில் (LONELY) இருப்பதற்கும், தனித்து (ALONE) இருப்பதற்கும் நிரம்ப வித்தியாசங்கள் உண்டு. தனிமையில் இருப்பது என்பது உடலால் மட்டும் என்று அர்த்தம். அப்பொழுது மனம் எங்கேயோ இருக்கும்.

தனித்து இருப்பது என்றால், உடல் மாத்திரம் அல்ல, மனமும் உயிரோடு ஒருங்கிணைந்து இருப்பது என்று அர்த்தம். இதுவே 'தியானம்' என்பது.''  – ஓஷோ

# 95. ஒரு ஜென் மாஸ்டரை வீதியில் சந்திக்கும் பொழுது

கோசோ (GOSO) ''நீ ஒரு வீதியில் ஒரு ஜென் மாஸ்டரைச் சந்திக்கும்பொழுது, உன்னால் அவரை அமைதியுடன் நேருக்குநேர் சந்திக்க முடியவில்லை. மேலும் அவருடன் பேசவும் முடியவில்லை. நீ அப்பொழுது என்ன செய்வாய்?'' என்று கேட்டார்.

## கருத்து

*அந்தக் குடத்ததைவிட்டு வெறுமனே நகர்ந்துவிடலாம் அல்லது கண்களை நன்றாகத் திறந்து எல்லையற்ற வானத்தைப் பார்த்தபடி நிற்கலாம்!*

*'கடவுள் உங்களுக்கு சகல சக்தியையும் கொடுத்து, தானும் உங்களுக்குள்ளே இருந்தபடியே தான், நீங்கள் இந்த உலகத் துக்கு வந்திருக் கிறீர்கள். ஏன்? இந்த உலகத்தின் பொய்மையைக் கண்டு, உண்மை எது என்று நீங்கள் விசாரித்து அடைய வேண்டும். நீங்கள் உங்கள் சக்தியை முழுமையாக விழிப்புணர்வோடு செலுத்துங்கள். கடவுள் உங்கள் கூடவே இருப்பார். அவரை நீங்கள் துணைக்கு அழைக்க வேண்டாம். ஏன், வீணாக அவரைத் தொந்திரவு செய்கிறீர்கள்?''*

**– ஓஷோ**

## 96. பாசுவின் கேள்வி

பாசு (BASSUI) என்ற ஆசிரியர், தன் மாணாக்கர்களிடம், ''புத்தாத் தன்மையை, முழுமை (ABSOLUTE) என்று அழைக்கலாமா?'' என்று கேட்டார்.

அதற்கு ஒரு மாணவன், 'கூடாது' என்றான். இதைக் கேட்டதும் அந்த மாஸ்டர் புன்முறுவல் பூத்தார்.

### கருத்து

''முழுமை'' என்று சொன்னால், அது முழுமை பெற்று முற்றுப் பெற்றுவிட்டது என்று அர்த்தம். முற்றுப் பெற்றுவிட்ட அனைத்துமே, ஒரு வகையில் இறந்துவிட்டதாக அர்த்தம் செய்ய வைக்கிறது. கடவுள் தன்மை எல்லையில்லாமல் விரிந்து பரந்து கொண்டே இருக்கிறது. அந்தத் தன்மைக்கு முடிவே கிடையாது. முடிவே கிடையாத ஒன்றை முற்றுப் பெற்றதாக எப்படிக் கருத முடியும்?''

—ஓஷோ

## 97. புகைபிடிக்கும் ஜென்

செங்காய் (SENGAI) என்ற ஜென் மாஸ்டரிடம் பல மாணாக்கர்கள் படித்தனர். அவர் வெளி ஒழுக்க நியதிகளுக்கு அவ்வளவு முக்கியத்துவம் கொடுப்பவர் அல்ல. அவர்களில் இரண்டு மாணாக்கர்களுக்குப் புகைபிடிக்கும் பழக்கம் உண்டு. லாங்சூ (LANGSU) என்ற மாணவன், டெய் கூ (DAIGU) என்ற மாணவனிடம், ''நான் ஆசிரியரிடம் சென்று, புகைபிடிக்கும் பொழுது தியானம் செய்யலாமா?'' என்று கேட்டேன். அதற்கு அவர் ''பிடிக்கலாம் என்றார்'' என்று சொன்னான்.

இதைக் கேட்டதும், டெய்கூ, தானும் ஆசிரியரிடம் புகைபிடிக்க அனுமதி வாங்க வேண்டும் என்று கருதி அவரிடம் சென்று ''தியானம் செய்யும்பொழுது புகை பிடிக்கலாமா?'' என்று கேட்டான். அதற்கு அவர், ''கூடாது'' என்றார்.

**கருத்து**

*ஒருவனுக்கு அனுமதி வழங்கி இன்னொருவனுக்கு ஏன் அனுமதி வழங்கவில்லை? முதல் மாணவன், புகைபிடிக்கும் செயலையே தியானமாக்கி விட்டான். அதாவது அவனது மனம் அந்தச் செயலிலேயே நிலவுகிறது. ஆகவே மாஸ்டர் அவனுக்கு அனுமதி கொடுத்தார். இரண்டாமவன், தியானம் செய்யும் பொழுது, அதாவது மனம் ஏதோ ஒன்றில் ஈடுபட்டுக் கொண்டிருக்கும் பொழுது, புகை பிடிப்பது என்பது, ஒரு இயந்திரச் செயலாகி விடுகிறது. ஆகவேதான், இரண்டாவது மாணவனுக்கு, மாஸ்டர் அனுமதி வழங்கவில்லை.*

"தனித்து இரு,
விழித்து இரு,
பசித்து இரு. Î

***– வள்ளலார்.***

## 98. ஹையாக்குஜோவின் நரி

ஒரு சமயம் ஹையாக்குஜோ (HYAKOJO) என்ற ஜென் மாஸ்டர், ஜென்னைப் பற்றித் தொடர்ந்து பிரசங்கம் நடத்தியபொழுது, அதைக் கேட்க ஒரு வயதான மனிதன் தொடர்ந்து வந்து கொண்டிருந்தார். அவர் யார் என்றே மற்ற துறவிகளுக்குத் தெரியவில்லை. பிரசங்க முடிவின் போது, எல்லோரும் கலைந்து செல்லும்பொழுது, அவரும் சென்றுவிடுவார். ஒரு நாள், எல்லோரும் சென்ற பிறகு, அவர் மட்டும் தனியாக இருந்தார். அப்பொழுது, மாஸ்டர் அவரிடம், "நீ யார்?" என்று கேட்டார்.

அதற்கு அந்த வயதான மனிதன், 'நான் மனித இனத்தைச் சேர்ந்தவன் இல்லை. ஆனால், காசியப்பர், இந்த உலகத்தில் போகின செய்த கால கட்டத்தில், நான் ஒரு ஜென் மாஸ்டராக, அதோ அந்த மலையில் ஒதுங்கி வசித்து வந்தேன். அந்த சமயம், ஒரு நாள் என்னுடைய மாணவர்களில் ஒருவன், என்னிடம், 'காரணகாரிய விளைவு சட்டம்' (LAW OF CAUSATION), ஞானமடைந்தவர்களுக்கு உண்டா' என்று கேட்டான்.

அதற்கு நான், 'அவர்களை அந்தச் சட்டம் கட்டுப்படுத்தாது. ஏனெனில் அவர்கள் முழுமையோடு இணைந்து இருப்பதால், சாதாரண மக்களுக்கு உரிய அந்தச் சட்டம் அவர்களுக்குப் பொருந்தாது என்று கூறினேன். இதற்காக, நான் நரியாக ஐந்நூறு பிறவிகளாக, பிறந்து வந்து கொண்டிருக்கிறேன்.

இப்பொழுதுகூட நான் ஒரு நரியாகத்தான் இருக்கிறேன். உங்களுடைய சக்தி மிகுந்த ஜென் வார்த்தைகளால், என்னை நீங்கள் காப்பாற்ற வேண்டும். அப்பொழுது நான், அந்த நரி உடலிலிருந்து வெளியே வந்து விடுவேன். இப்பொழுது

உங்களிடமும் அதே கேள்வியைக் கேட்கிறேன், காரண காரியச் சட்டம் ஞானிகளைக் கட்டுப்படுத்துமா'' என்று கேட்டார்.

மாஸ்டர், 'ஆமாம் அவர்களையும் கட்டுப்படுத்தும்' என்றார். இந்த வாக்யத்தைக் கேட்டதும், அந்த வயதான நரி மனிதர் ஞானமடைந்தார். அவர், 'நான் இப்பொழுது ஆசிர்வதிக்கப் பட்டவனாகி விட்டேன்' என்று மகிழ்ச்சியுடன் அந்த மாஸ்டருக்குக் குனிந்து வணக்கம் செலுத்தி, 'இப்பொழுது நான் நரியாக இல்லை. அந்த மலைக்கு அப்பால் உள்ள என் நரி உடலிலிருந்து வெளியேறி விட்டேன். எனக்காக நீங்கள் ஒரு காரியம் பண்ண வேண்டும். என் நரி உடலை, ஒரு துறவிக்குரிய மரியாதையோடு அடக்கம் செய்ய வேண்டும்' என்று கேட்டுக் கொண்டார். பிறகு அவர் மறைந்து விட்டார்.

அடுத்த நாள் காலை அந்த மாஸ்டர், தன்னுடைய தலைமைத் துறவியைக் கூப்பிட்டு, ஒரு சவ அடக்கத்திற்காக எல்லோரும் தயாராக வேண்டும் என்று உத்திரவு போட்டார். ஆனால், அந்தத் துறவிகள், 'யாரும் இங்கு வியாதியால் இறக்கப் போவதாக இல்லையே? யாருக்குச் சவ அடக்கம்?' என்று ஆச்சரியப்பட்டார்கள்.

அன்று மதியம் எல்லோரும் சாப்பிட்ட பிறகு மாஸ்டர், தன் துறவிகளோடு, அந்த மலையை நோக்கிச் சென்றார். அங்கு உள்ள ஒரு குகையில், ஒரு வயதான நரியின் உடலைக் கண்டு, அதை உரிய முறையில் அடக்கம் செய்தார்.

பிறகு அன்று மாலை எல்லோரையும் கூடச் செய்து, நடந்த கதையையும் மற்றும் காரணகாரியச் சட்டத்தையும் விளக்கிக் கூறினார்.

ஒகாக்கூ (OHAKU) என்ற துறவி மாணவன் எழுந்து, 'சென்ற காலத்தில் கூறியதால், அவர் ஐந்நூறு தடவை, நரியாக மறுபிறப்பு எடுத்துக் கஷ்டப்பட்டிருக்கிறார் என்று நான் புரிந்து

கொண்டேன். இப்பொழுது நான் உங்களிடம், 'இப்பொழுதுள்ள, இந்தக் காலத்து நவீன மாஸ்டரிடம் பல கேள்விகள் கேட்கப்படும், அவரும் அவைகளுக்குச் சரியான பதிலை அளித்திருந்தால், அவர் என்னவாக ஆவார்?' என்று மாஸ்டரிடம் கேட்டான்.

அதற்கு மாஸ்டர், 'நீ என் அருகில் வா; அப்பொழுது நான் அதற்கு விடை சொல்கிறேன்' என்றார். ஒகாக்கூவும், அவரிடம் நெருங்கிச் சென்று தன்னுடைய மாஸ்டர் என்ன பதில் சொல்லப் போகிறார் என்று புரிந்து கொண்ட அவன், தான் முந்திக் கொண்டு, தன் மாஸ்டரின் கன்னத்தில் செல்லமாக ஒரு அறை விட்டார்.

அந்த மாஸ்டர், மகிழ்ந்து கைக்கொட்டிச் சிரித்தார். பிறகு அவர், "ஒரு பெர்சியத் தேசத்தவனுக்கு ஒரு சிவந்த நிறதாடி இருப்பதாக நினைத்தேன். இப்பெழுதுதான் அது உண்மை என்று அறிந்து கொண்டேன்" என்றார்.

### கருத்து

ஒரு ஜென் ஆசிரியர், ஒரு முக்கியமான கேள்விக்கு, தவறான பதில் கூறியதால், கடுமையாகத் தண்டிக்கப்பட்டார். காரணம், ஜென் ஆசிரியர்கள் எப்பொழுதும் விழிப்பாகவே இருக்க வேண்டும் என்று அது உணர்த்துகிறது.

இரண்டாவது, நரி உடலில் இருக்கும் அந்த ஜென் ஆசிரியர், சரியான பதிலைக் கேட்டதும், ஞானமடைந்தார் என்று வருகிறது. அந்த ஆசிரியர், நீர் 99 டிகிரியில் இருப்பதுபோல ஞான விளிம்பில் நின்று கொண்டிருக்கிறார். அந்தச் சரியான பதிலைக் கேட்டதும், நீர் 100 டிகிரியை எட்டி, கொதிக்க ஆரம்பிப்பதுபோல, அவர் உடனே ஞான மடைந்துவிட்டார். ஞானமடைவது என்பது, படிப்படியாக நடக்கும் செயல் என்பது, உங்களுடைய எண்ணத்தை ஒதுக்குதல் தான்.

மூன்றாவது, அந்த மாணவன், தன் மாஸ்டரைச் செல்லமாக அவரது கன்னத்தில் அறைந்தான். ஏனென்றால், சரியான பதிலைக் கூறிய, நவீன காலத்து ஜென் மாஸ்டர்கள், பிறகு ஞானி அவர்கள் என்று குறிப்பிடுவதற்காக. அதை வார்த்தைகளால் சொல்லாமல், செல்லமாக எதிர்பாராமல் ஒரு அறை விடுகிறார். அறைவது, திட்டுவது, அடிப்பது போன்று ஜென் மாஸ்டர்கள் ஏன் செய்கிறார்கள் என்றால், ஞான மடைவது என்பது ஒரு எதிர்பாராத நிகழ்ச்சி தான் என்று சுட்டிக் காட்டவும், இயங்கும் மனத்தை, நிறுத்த திடீரென்று எதிர்பாராது செயல் செய்ய வேண்டும் என்பதற்காகவும் தான்.

கடைசியில் குறிப்பிடுவது தன்னுடைய ஆச்சரியத்தை வெளியிடுவதாக அமைவது. ஒரு ஞானிதான் இன்னொரு ஞானியை அறைய முடியும், அதாவது சமதளத்தில் உள்ளவர்கள்.

– ஓஷோ

## 99. "எல்லோரும் ஒரு தடவை சிரியுங்கள்"

சிங்கான் (SHINGON) என்ற ஜென் மாஸ்டர் எதையும் கடுமையாக எடுத்துக் கொள்ள மாட்டார். தன் போதனைகளைத் தன் மாணாக்கர்கள் சரியாகப் பின்பற்ற வேண்டும் என்பதைத் தவிர. அவர் முகத்தில் எப்பொழுதும் புன் முறுவல் இருந்து கொண்டே இருக்கும். தன்னுடைய பிரசங்கம் முடிந்தவுடன், அவர் எல்லோரிடமும் கலகலப்பாகப் பேசி, தமாஷ் பண்ணுவார். ஒரு சிறிய பையன் போல் எல்லோரையும் கிண்டல் செய்வார். வயிறு வலிக்கச் சிரிப்பார். இதைப் பார்க்கும் மாணவர்கள், "இவ்வளவு பெரிய ஜென் மாஸ்டர், இப்படிச் சிறு பிள்ளைத்தனமாக நடந்து கொள்கிறாரே" என்றுதான் வியப்பார்கள்.

ஒரு நாள், அவர், "தான் கடைசியாக நிகழ்த்தப் போகும் பிரசங்கம் இதுதான். எல்லோரும் வந்துவிட வேண்டும்" என்று உத்திரவு போட்டார். எல்லோரும் அன்று மாலை, அவருடன் கூடினார்கள்.

அப்பொழுது மாஸ்டர் மேடையில் ஏறி, "எல்லோரும் ஒரு தரம் பலமாகச் சிரியுங்கள்" என்றார். அப்படியே எல்லோரும் அந்த ஹாலே அதிரும்படி சிரித்தனர்.

பிறகு மாஸ்டர், "அவ்வளவுதான் கலைந்து செல்லுங்கள்" என்று கூறி முடித்துவிட்டார்.

### கருத்து

இந்த உலக வாழ்க்கை வெறும் விளையாட்டுத்தான். இதில் நீங்கள் கருதும் இலட்சியம், அடையும் இன்பங்கள், புகழ், பொன், பொருள் அனைத்தும் சிறுவர்கள் தங்கள் விளையாட்டில் காட்டும் இலட்சியம் அல்லது குறிக்கோள் போலவும், நீங்கள் அடையும் இன்பம் வெறும் சிறுவர்கள் விளையாட்டில் அடையும் இன்பம்தான் என்று சுட்டிக் காட்டவே, அந்த மாஸ்டர், எல்லோரையும் பலமாக சிரிக்கவைத்தார்.

'என்னுடைய பிரசங்கத்தின் போது, நீங்கள் இறுக்கமாவதைக் கண்டு, நான் வேதனைப்படுகிறேன். இந்த உலகத்தில் இறுக்கமாக இருப்பதற்கு எதுவுமே இல்லை. ஞானம் என்பது இறுக்கத்தில் வருவது அல்ல. அது விளையாட்டில் வருவது. ஆனந்தத்தில் வருவது. ஆகவேதான், என் பிரசங்க முடிவில், நான் ஜோக் சொல்லி, உங்களையெல்லாம் சிரிக்கவைக்கிறேன். செக்ஸ் ஜோக்தான் உங்களை அதிகமாகச் சிரிக்க வைக்கும். ஏனெனில், அதில் நீங்கள் உங்களையே மறைத்துக் கொள்கிறீர்கள். மேலும், செக்ஸ் என்பதை ஒரு சாதாரண விஷயமாக்க வேண்டும் என்று கருதியே, அதை அதிகமாகக் கையாளுகிறேன். இதனாலும் என்னைக் காமச்சாமியார் என்று கூறுகிறார்கள். பரவாயில்லை. அப்படி அவர்கள் என்னைப் பார்த்துச் சிரிக்க வேண்டும் என்றுதான் நான் ஆசைப்படுகிறேன்.''

– ஓஷோ

## 100. "இங்கே?"

யாக்குசான் (YAKUSAN) என்ற ஒரு ஜென் மாஸ்டரோடு, ஒரு சந்நியாசி, சுமார் மூன்று வருட காலம், தங்கி, அங்கே தலைமைச் சமையல்காரராக வேலை செய்து வந்தார். ஒரு நாள் யாக்குசான் அவரிடம், "நீங்கள் எவ்வளவு நாட்களாக இருக்கிறீர்கள்?" என்று கேட்டனர்.

அதற்கு அந்தச் சந்நியாசி, "மூன்று வருட காலமாக" என்று பதில் சொன்னார்.

அதற்கு யாக்குசான், "நான் உங்கள் முகத்தைப் பார்த்தாக நினைவே இல்லையே?" என்று ஆச்சரியமாகச் சொன்னார்.

இதைக்கேட்ட சுத்தச் சந்நியாசி, யாக்குசான் எதை அர்த்தம் பண்ணி அப்படிச் சொன்னார் என்று புரிந்து கொள்ள முடியாமல், மிகவும் சோகமாக அந்த மடாலயத்தை விட்டு வெளியேறினார். ஆனால், யாக்குசான் அவர்மேல் மிகுந்த கருணை உடையவராக இருந்தார். ஆனால் அந்த ஓர் அதிர்ஷ்டம் வாய்ந்த சந்நியாசி அதை இழந்து விட்டார்.

### கருத்து

இங்கே, யாக்குசான், "நீங்கள் எத்தனை வருடமாக இருக்கிறீர்கள்?" என்று கேட்க வில்லை. மாறாக, அவர், "நீங்கள் 'இங்கே' எத்தனை வருடமாக இருக்கிறீர்கள்?" என்று கேட்டார். இங்கு 'இங்கே' (HERE) என்ற வார்த்தை மிகவும் முக்கியத்துவம் வாய்ந்தது. அதாவது, "நீங்கள் எத்தனை வருடமாக" இங்கே (இந்தக் கணம்) இப்பொழுது இருந்தீர்கள்?" என்று அர்த்தம்.

ஜென் எப்பொழுதும், 'இங்கே', 'இப்பொழுது' என்று நிகழ்காலத்திற்கு மிகவும் முக்கியத்துவம் கொடுக்கிறது.

இதை அந்தச் சந்நியாசியால் புரிந்து கொள்ள முடியவில்லை.

"நீங்கள் ஒரு நாளைக்கு எத்தனை தடவை, "இங்கே, இப்பொழுது" இருந்தீர்கள் என்று நினைவுபடுத்திப் பாருங்கள். சுமார் 10 தடவைகூட இருக்காது! நீங்கள் "இங்கே, இப்பொழுது" இருந்திருக்கலாம். ஆனால் உங்கள் மனம் ?. இந்த எண்ணிக்கையை மெல்ல அதிகப்படுத்துங்கள். இதுவே தியானம் என்பது.

– ஓஷோ

---

நன்றி:

1. "ZEN FLESH AND BONES" Complied by Paul Reps, Published by Arkana, Penguin Books, London - W8 - England

2. Various books by OSHO; Sadana Foundation, 17. Koregon Park, Poona.

\* \* \* \* \*